# वि.आ.बुवा

# प्रश्नोत्तर स्वयंवर

# वि.आ.बुवा

# प्रश्नोत्तर स्वयंवर

**दिलीपराज प्रकाशन प्रा. लि.**

२५१ क, शनिवार पेठ, पुणे – ४११ ०३०

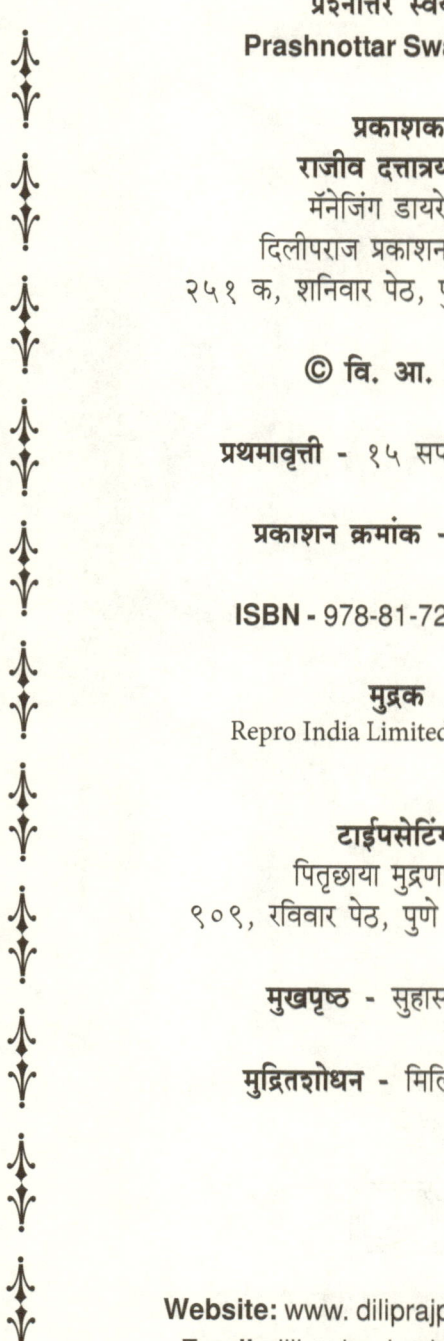

# प्रश्नोत्तर स्वयंवर
## Prashnottar Swayamvar

**प्रकाशक**
राजीव दत्तात्रय बर्वे
मॅनेजिंग डायरेक्टर
दिलीपराज प्रकाशन प्रा. लि.
२५१ क, शनिवार पेठ, पुणे ४११ ०३०

**प्रथमावृत्ती** - १५ सप्टेंबर २०१०

**प्रकाशन क्रमांक** - १८२४

**ISBN** - 978-81-7294-830-6

**मुद्रक**
Repro India Limited, Mumbai.

**टाईपसेटिंग**
पितृछाया मुद्रणालय,
९०९, रविवार पेठ, पुणे - ४११ ००२

**मुखपृष्ठ** - सुहास चांडक

**मुद्रितशोधन** - मिलिंद बोरकर

**Website:** www. diliprajprakashan.com
**Email:** diliprajprakashan@yahoo.in

वयाच्या मानाने
वैचारिक परिपक्वता
लवकर आलेली,
स्वकष्टाने महाविद्यालयीन
शिक्षण पूर्ण करणारी
आणि
सुसंस्कृत व्यक्तिमत्त्व
असलेली
चि. मीनाक्षी माने
हीस प्रेमाशीर्वादपूर्वक.

– वि. आ. बुवा

# अनुक्रमणिका

# ·१·
# गिरिजाबाई दि ग्रेट

मोठं कुंकू, मोठे डोळे, मोठा आवाज आणि मोठं कर्तृत्व या चौघांना एकत्र करून साडीधारी केलं, की जे व्यक्तिमत्त्व दिसतं; त्याला गिरिजा कीर असं म्हणतात. त्यांचं जाणं, येणं, बोलणं सगळं कसं गर्जत-गर्जत असतं. म्हणून त्यांच्या गिरिजा कीर या नावात 'गरजा' कीर असा पाठभेद तयार करावा, असा मोह होतो. पण तो मोह लगेच आवरतो. कारण त्यांचं नाव काही कारण नसताना अनेक वेळा चुकीचं छापलं जातं, त्यात या पाठभेदाची भर कशाला? नाव चुकीचं छापलं की त्या अस्वस्थ होतात. (साहजिक आहे. मीसुद्धा असाच अस्वस्थ होतो. काहीही कारण नसताना माझं 'बुवा' हे आडनाव 'बुआ' असं छापलं जातं. असो. माझं अस्वस्थ होणं इथंच थांबवतो.)

गिरिजाबाईंच्या नावाचे प्रकार पाहा.

मूळ शुद्ध नाव :- गिरिजा कीर
अशुद्ध नंबर १ :- गीरिजा कीर
अशुद्ध नंबर २ :- गीरीजा कीर
अशुद्ध नंबर ३ :- गिरीजा कीर
अशुद्ध नंबर ४ :- गीरीजा किर
संभाव्य अशुद्ध नंबर ५ :- गीरीजा किर्र.

नाव अगदी सोपं आहे— 'ते नाम सोपे रे रामकृष्ण गोविंद'सारखं. जोडाक्षर अजिबात नाही. तरीही काही काही माणसं चुका करण्यात निष्णात असतात. त्यांना इंग्लिश I लिहायला सांगितलं तर eye आय् असं लिहितात.

गिरिजाबाईंचा आणि माझा परिचय झाला, त्या घटनेचं हे रौप्यमहोत्सवी वर्ष आहे. इतकी वर्षं आम्ही एकमेकांचा स्नेह चांगल्या प्रकारे टिकवून आहोत, हा आम्हा दोघांचा केवढा समंजसपणा! मूळ शब्द 'सोशिकपणा' होता, पण पुढं त्या

शब्दाचं 'समंजसपणा' असं उदात्तीकरण करण्यात आलं. त्यामुळं दोघांनाही कसं उदात्त-उदात्त वाटतं (चाल : हलकं-हलकं, मोकळं-मोकळं)

धर्मेंद्र (मिस्टर हेमामालिनी) जेव्हा सनी देओल एवढा होता, तेव्हा तो He-man म्हणून ओळखला जात असे. त्याच चालीवर He-Woman असा एक नवीन वर्ग तयार केला; तर त्यात झाशीच्या लक्ष्मीबाई, मार्गारेट थॅचर, इंदिरा गांधी यांच्याच रांगेत योग्य नंबरावर गिरिजा कीर यांनाही स्थान मिळेल. कारण घराणं ते आहे. त्यांचा-माझा पंचवीस वर्षांचा परिचय आहे. 'घराण्या'ची झलक मी अनेक वेळा पाहिली आहे. मी पुरुषासारखा पुरुष; त्यातून आडनावसुद्धा पुल्लिंगी, तरीही मी मात्र She-man मध्ये मोडण्याइतपत मवाळ आहे. दोघांनाही परमेश्वरानं अनुक्रमे तसं आणि असं घडवलं, त्याला आमचा— विशेषत: माझा— नाइलाज आहे.

कथाकथनाचे कार्यक्रम या निमित्तानं आम्ही महाराष्ट्रात अनेक ठिकाणी जाऊन आलो. सीमाभागातले लोक राहिले, हे लक्षात आल्यावर निपाणी, बेळगाव, हुबळी, दांडेली वगैरे गावांतल्या लोकांना गिरिजाबाईंनी संतुष्ट करून आणि मी बोअर करून सीमादिग्विजय केला. महाराष्ट्र तर पिंजून काढला. 'अन्यायफेम' विदर्भ, 'दुर्लक्षफेम' मराठवाडा, 'उपेक्षितफेम' कोकण आणि या तीन विशेषणांचं मूळ असा उर्वरित महाराष्ट्र! असंख्य ठिकाणी कार्यक्रम केले. मराठी माणसं म्हणजे बाणेदार. मोडेन पण वाकणार नाही, हा बाणा! (दोनच पर्याय असल्यामुळे बरेच जण मोडूनच गेले.) असं असूनही हेच बाणेदार मराठी लोक गिरिजाबाईंच्या कथा कानांनी टक लावून (डोळ्यांप्रमाणे) ऐकत अस्तात. श्रोत्यांना डुलकी घ्यायलासुद्धा त्या उसंत देत नाहीत, मग झोप तर दूरच!

'बाणभट्टलिखित कादंबरी' या नावाचा एक प्रसिद्ध संस्कृत ग्रंथ आहे. ग्रंथ उत्तम तर आहेच, परंतु त्याचं एक आगळं वैशिष्ट्य आहे. संस्कृतमध्ये शब्दांचे स्वर-संधी, व्यंजन-संधी आणि समास सर्रास होत असतात. सर्रास वगैरे ठीक आहे, पण कादंबरीत दोन्ही प्रकारचे संधी आणि समास मोठ्या प्रमाणात वापरल्यामुळे असा एक शब्द एका पानाचा, दीड-दीड पानाचा होतो. त्याचा गुंता सोडवणं, हा एक अप्रतिम बौद्धिक आनंद विद्वानांना मिळतो. (आता संस्कृत तर गेलंच, पण इयत्ता पहिलीपासून इंग्लिश सुरू झालं आहे. होवो! आपण तरी काय करणार?)

'कादंबरी' ग्रंथाचं उदाहरण इथं देण्याचं कारण गिरिजाबाईंचं कथाकथन कादंबरीइतकंच (कादंबरी संस्कृत आणि मराठी) रम्य असतं. त्या माईकसमोर येऊन बोलू लागल्या की माईकची द्विरुक्ती झाली, असं वाटू लागतं. कारण त्यांचा आवाज हा माईकशिवायही माईकइतका खणखणीत आहे. एकदा का कथा सुरू झाली की डेक्कन क्वीन, राजधानी एक्स्प्रेस, शताब्दी एक्स्प्रेस या गाड्यांच्या

वेगानं सुरू होते. तोच वेग शेवटच्या वाक्यातील शेवटच्या शब्दापर्यंत. त्यामुळे काय होतं बघा, सुपरफास्ट गाड्या ज्याप्रमाणे (लोकल गाड्यांच्या) सँडहर्स्ट रोड, चिंचपोकळी, करीरोड, कांजूरमार्ग या स्टेशनांकडे ढुंकूनही न बघता फणकाऱ्यानं निघून जातात; त्याप्रमाणेच गिरिजाबाईंच्या कथाकथनाची सुपरफास्ट गाडी स्वल्पविराम, अर्धविराम, डॅश, एकेरी अवतरण चिन्ह, दुहेरी अवतरण चिन्ह वगैरे वगैरे 'करीरोड-चिंचपोकळी'ला न थांबता पूर्णविरामाच्या टर्मिनसलाच थांबते. थांबते म्हणजे काय, थांबल्यासारखं करते. ज्यांची श्रवणशक्ती अतिसूक्ष्म आहे, तेवढ्यांनाच त्या पूर्ण विरामापाशी एक-दशांश सेकंद थांबल्या होत्या बरं का, असं जाणवतं. त्यामुळे समजा, त्या रात्री साडेनऊ वाजता कथाकथनाला उभ्या राहिल्या की, सव्वादहा वाजता जणू काही एकच लांबलचक वाक्य असलेली कथा संपते. एक गंमत बघा— हे इतक्या वेगानं बोलत असूनही प्रत्येक शब्द अगदी स्पष्टपणे उच्चारला जातो. तिथं गडबड नाही किंवा मॅसॅच्युसेट्स, रानडे रोड वगैरे म्हणताना जीभ जशी लडबडते, तसला प्रकार अजिबात नाही. त्या दृष्टीनं पाहिलं तर त्यांचा हेवा वाटतो. पाटा-वरवंटा या अजरामर जोडीतल्या पाट्यावर (तथाकथित) चांदीचे शेकडो रुपये छन् छन् छन् वाजवत असताना ध्वनीचा जो खणखणीतपणा असतो, तोच खणखणीतपणाचा नाद गिरिजाबाईंच्या शब्दांना असतो. कथा संपवून त्या खाली बसल्या की, झाले बरं का एक हजार बंदे रुपये मोजून, असं वाटतं.

पुष्कळ वेळा गिरिजाबाई आणि मी कथाकथनाच्या दौऱ्यावर जात असू. आमचे हे कार्यक्रम एस. पुरुषोत्तम हे या व्यवसायाचे संचालक ठरवत असत. कधी कधी मितभाषी लेखक राजा पारगावकर हेही असायचे. आम्ही तिघे 'आर्टिस्ट' आणि एस. पुरुषोत्तम कार्यक्रमाचे 'कॉंट्रॅक्टर' असं आमचं नात असे. एस. पुरुषोत्तम यांना आयुष्यात पैशांचं गणित कधी जमलं नाही. 'प्रामाणिक बेहिशेबी' असं त्यांचं वर्णन करता येईल. स्वभावानं दिलदार होते. कमी तोटा झाल्यावर या खेपेला बरा फायदा झाला, असं वाटवून घ्यायचे. ते प्रामुख्याने नाट्यक्षेत्रातले होते. नाटकातले अभिनेते-अभिनेत्री यांना विशेषणं लावण्याची पद्धत आहे. उदाहरणार्थ— गानसम्राज्ञी, स्वरकोकिळा, संगीत सरिता, गीतसाळुंकी (शेवटचं विशेषण माझं) आपण असली विशेषणं नेहमी वाचतो. एस. पुरुषोत्तम गमतीनं मला म्हणाले, "कथाकथन करणाऱ्यालाही असली विशेषणं लावली पाहिजेत." मी म्हणालो, "ठीक आहे. ही घ्या. १) गिरिजा कीर : कथाकोकिळा २) वि. आ. बुवा - कथाकाक आणि ३) राजा पारगावकर—कथाशुक." हे ऐकून सर्वांना गंमत वाटली.

कथाकथनाच्या प्रवासात माझी बॅगही एकदम लहान असते. बॅग, माणूस आहे असं समजा. म्हणजे त्याला प्रवासाचे पूर्ण तिकीट पडणार आणि बॅग लहान

आहे, त्या बॅगेला बारा वर्षांखालील मुलांसारखं अर्ध तिकीट पडणार. माझी बॅग ही अशी अर्ध तिकीटवाली बॅग असते. पण गिरिजाबाईंचं तसं नाही. त्यांची बॅग सुपर मेगा बॅग असायची. अंदाज यावा म्हणून कल्पना देतो. एक-एक हजाराच्या एकूण एक कोटी रुपये रक्कम होईल एवढ्या नोटा मावतील, एवढी मोठी बॅग. साधारण सुपर मेगा नाही, पण मेगा बॅग तरी नक्की असे. त्या बॅगेत नोटा नसून साड्या असायच्या. पाच-पन्नास साड्या. सकाळी एक, दुपारी दुसरी, तिसरी कार्यक्रमाच्या वेळी, चौथी झोपायच्या वेळी वगैरे. हौस! शेवटी गिरिजा कीरसुद्धा स्त्रीच आहेत. खूप साड्या आवडणारच. जयललिता नाही का? मुख्यमंत्री झाली तरी साड्यांचा हव्यास सुटत नाही. तिच्याकडे दहा हजार साड्या आहेत म्हणे. हे असो. मूळ मुद्दा गिरिजाबाई भरपूर साड्या बरोबर घेतात.

गिरिजाबाईंचं आणखी एक वैशिष्ट्य बघून ठेवलं होतं. आमच्या कथाकथनाचा कार्यक्रम कोणत्याही गावी असो; त्या ठिकाणी त्यांचं असं एक हक्काचं घर असे. ''इथं माझी मानलेली भाची राहते. तिला भेटून येते,'' असं म्हणून त्या जातात. कार्यक्रम सुरू होण्यापूर्वी योग्य वेळी येतात. ''राहा म्हणून खूप आग्रह केला. तिनं जेवायचा बेत झकास केला होता. नंतर ब्लाऊज पीस, वेणी, नारळ, ओटी भरणं वगैरे झालं.'' मी सगळं बघत असे. मला कुणी हातरुमालाचा तुकडाही देत नाही. या मात्र धडाधड काही ना काही घेऊन येत असत. कोल्हापूर असो, हुबळी असो, धारवाड असो. (इथं तर त्यांची चुलत बहीणच राहते.) बेळगावात मी आपला मक्याचं कणीस खात बसलो होतो आणि बाईसाहेब तिथल्या 'नातेवाइकां'कडून 'वसुली' करून आल्या. मुरूड-जंजिरा इथं त्या एकदा गेल्या होत्या. जेवताना त्यांना भाजीचा मसाला फार आवडला. म्हणाल्या, 'मला एक किलो करून पाठवा.' योगायोगानं माझाही कार्यक्रम मुरूड-जंजिरा इथं होता. तेच यजमान. त्यांनी माझ्याकडे प्रेमाच्या हक्कानं एक किलो मसाला दिला आणि या वि. आ. बुवा यांनी तो मसाला 'झपूर्झा', साहित्य सहवास, वांद्रे (पूर्व), इथं गिरिजाबाई यांना नेऊन दिला. तेव्हा त्या म्हणाल्या, ''थँक्यू.''

गिरिजाबाई हे बहुआयामी व्यक्तिमत्त्व आहे. सरस्वती, लक्ष्मी, कालिका आणि अन्नपूर्णा या चारही देवींचा त्यांच्यावर वरदहस्त आहे. त्यापैकी सरस्वतीची कृपा साहित्यरूपानं दिसतेच. या चार देवींपैकी सरस्वतीचं प्रेम विशेष आहे. बाकीच्याही प्रसन्न असतातच. गिरिजाबाईंना रुचकर स्वयंपाक करता येतो. केवळ फोटो काढण्यापुरता नाही. प्रवासात त्यांनी आणलेले पदार्थ मी खाल्ले आहेत ना! त्या खाण्याला जागून वरील सत्य विधान केलं आहे. मध्यमवर्गीय मराठी कुटुंबीयांनी आर्थिक दृष्ट्या किती सुखवस्तू असावं याची मर्यादा लक्ष्मीनंच घालून दिली आहे.

कुटुंबातले सर्व जण मिळवते आहेत. एक सुखवस्तू कुटुंब म्हणतात, तसं हे कुटुंब आहे. गिरिजाबाईंना मधून-मधून कालिका होण्याचीही लहर येते. अशा वेळी त्यांचा खणखणीत आवाज बरंच काम करतो. पण हे मधून-मधून, कधीतरीच. चार देवींचा कृपाप्रसाद असणं, म्हणजे जोक नाही. गिरिजाबाईंना हे जमतं.

माहेरच्या देशस्थ. तेव्हापासूनच सरस्वतीच्या उपासक या नात्यानं सारस्वत होत्या आणि कीर यांच्याशी लग्न केल्यामुळे जातीनं सारस्वत झाल्या. त्यामुळे त्यांनी सारस्वत शब्दाची पुनरावृत्ती करून दाखविली. माझ्या माहितीप्रमाणे खाण्याच्या बाबतीत सारस्वताळलेल्या नाहीत. असो.

दि. ५ फेब्रुवारी १९३३ या दिवशी जन्मलेल्या गिरिजाबाई येत्या ५ फेब्रुवारी २००३ या दिवशी चक्क सत्तर वर्षं पूर्ण करणार. परंतु त्यांचा स्टॅमिना, कर्तृत्व, ताठपणा पाहिला की असं वाटतं, लौकिक दोन वर्षांनी त्यांचं एक वर्ष पूर्ण होत असावं. या हिशेबानं त्या आता फक्त पस्तीस वर्षांच्या आहेत, असं म्हणायला हरकत नाही. तत्कालीन जनरीतीप्रमाणे त्या बी. ए. झाल्या. पुढं लेखन सुरू केलं. 'अनुराधा' या मासिकाच्या त्या दहा वर्षं संपादक होत्या. पुढं 'रंगत' मासिकाच्या संपादक म्हणूनही त्यांनी काही काळ काम केलं. संपादकीय कामाचा अनुभवही त्यांच्या गाठीशी भरपूर आहे. कथाकथनाच्या कार्यक्रमांनी तर सहस्त्रपूर्तीची सीमारेषा मागंचं ओलांडली आहे. आपण तूर्त १२०० हा आकडा धरू. कथाकथनाचा, भाषणाचा प्रत्येक कार्यक्रम सरासरी दोन तास धरू. म्हणजे आतापर्यंत त्या कार्यक्रमांतून २४०० तास बोलत होत्या. या तासांना २४ नं भागल्यावर १०० दिवस असं उत्तर येतं. हे शंभर दिवस एकत्र करून एकाला एक जोडले, तर त्या १ जानेवारी ते १० एप्रिल सतत अहोरात्र बोलतच होत्या, असं म्हटलं तरी चालावं. हे झालं बोलणं. लिहिणंही जबरदस्त! त्यांनी१९९७ मध्येच 'साहित्य सहवास' या शीर्षकाच्या पुस्तकाच्या रूपानं ग्रंथपंचाहत्तरी पूर्ण केली. त्यात विविधता भरपूर आहे. १) तसूभर जमीन-मनभर आकाश, गाभाऱ्यातली माणसं, (व्यक्तिचित्रण) पश्चिमगंध (प्रवास), लावण्यखुणा इ. ललित लेखसंग्रह २) आभाळमाया, आत्मभान, सांजावले दीप, अनिकेत, झपाटलेला इ. कादंबऱ्या ३) गिरिजाकथा, आभाळ भरून आलंय, मनबोली, निवडक कीर इ. कथासंग्रह. ४) झंप्या दि ग्रेट, यडबंबू ढब्बू, शूरांच्या कथा, खूप-खूप गोष्टी इ. बालवाङ्मय ५) श्री गोंदवलेकर महाराज, संत गाडगेबाबा, आहिल्याबाई होळकर, म. फुले, ताराबाई मोडक, अनुताई वाघ आदींची चरित्रं.

हे सर्व साररूपानं सांगत आहे. यावरून शीत-भात न्यायानं गिरिजाबाईंच्या लेखनाचा आवाका किती मोठा आहे याची कल्पना येईल. मोठमोठ्या साहित्यिकांच्या मुलाखती तर त्यांनी सातत्यानं २५ वर्षं घेतल्या आहेत. दुर्गाबाई भागवत, विंदा

करंदीकर, गंगाधर गाडगीळ, गो. नी. दांडेकर, धर्मवीर भारती, य. दि. फडके, आनंद साधले, शांताबाई शेळके, केशव मेश्राम, खांडेकर, वामनराव चोरघडे (ह्यांनी तर, 'गिरिजा, तू माझी मुलगी आहेस आणि तू मला बाबा म्हणत जा', असं चक्क पत्रानंच कळवून टाकलं होतं.), वि. ह. कुलकर्णी, रा. भि. जोशी, अरविंद गोखले, मृणालताई देसाई ही कसली सॉलिड नावं आहेत! (अपवाद : वि. आ. बुवा, म्हणून कंसात.) गिरिजाबाईंनी यांच्या उत्कृष्ट मुलाखती घेतल्या आणि त्यांचेच 'साहित्य सहवास' हे वाचनीय आणि संग्राह्य असं पुस्तक तयार झालं.

साहित्यक्षेत्रातला प्रचंड व्याप, सहस्राधिक मौखिक कार्यक्रम, घर-कुटुंब-संसार— हे सगळं जणू काही कमी वाटलं म्हणून की काय, हल्लीच काही वर्षांपूर्वी, सामाजिक बांधिलकीचा भाग म्हणून त्यांनी आदिवासी मुलामुलींना दत्तक घेऊन त्यांचं शिक्षण, सांस्कृतिक जडण-घडण हे कार्य त्या करत आहेत.

तर, अशा या गिरिजाबाई कीर. कथाकथनाच्या कार्यक्रमांच्या निमित्तानं त्यांच्या स्नेहाचा लाभ मला अनेक वेळा झाला. २९ फेब्रुवारीला जन्मलेल्या माणसाचा वाढदिवस दर चार वर्षांनी येतो. त्याच चालीवर गिरिजाबाईंचा वाढदिवस दर दोन वर्षांनी यावा आणि या चालीनं त्यांना किमान शंभर वर्षांचं आयुष्य लाभो. 'कुर्वन्नेवेह कर्माणि जिजीविषेच्छतं समः' (या जगात कर्म करतच शंभर वर्षं जगण्याची इच्छा करावी.), असं ईशावास्योपनिषदानं म्हटलं आहे. तसे घडो!

❑❑❑

. २.

# प्रश्नोत्तर स्वयंवर

चंपकारण्यानंतर पद्मावती नदी आहे. त्या नदीला लागूनच भद्रदेश या नावाचा देश आहे. राजाचं नाव आहे भद्रमंगल. राजाला एकुलती एक कन्या आहे. तिचं नाव उत्तराकुमारी आहे. ती अत्यंत सुंदर आहे. सध्या वय अठरा आहे. ती अतिशय बुद्धिमान आहे. तिनं स्वत:च्या लग्नाचं स्वयंवर मांडलं. चंपकारण्य, भद्रदेश, भद्रमंगल वगैरे म्हणजे प्राचीन असं काही नाही. हे राज्य, राजा आणि राजकन्या आधुनिक काळाशी सुपरिचित आहेत.

उत्तराकुमारी कसलेही प्रश्न विचारील आणि स्वयंवरासाठी आलेल्या तरुणानं उत्तरं द्यायची. तिच्या दृष्टीनं योग्य उत्तरं-संपूर्ण उत्तरं जो देईल, त्या तरुणाशी ती विवाह करील. अनेक तरुण आले आणि करग्रहण होऊ न शकल्यानं हात हलवत परत गेले. सहा महिन्यांत सुमारे दोनशे तरुण प्रश्नोत्तर स्वयंवर परीक्षेत नापास झाले.

महाराज्य नामक देशातल्या एका लोकोत्तर बुद्धिमान असलेल्या एका तरुणानं हे आपल्या बुद्धीला आव्हानच आहे, असे मानून तो राजकन्या उत्तराकुमारीपुढं उपस्थित झाला. प्रश्न गहन, जडजंबाल वगैरे नव्हते. उत्तर तिला आवडलं, की ती त्या प्रश्नापुढं ✔ अशी खूण करणार. तिचे प्रश्न संपेपर्यंत सर्व उत्तरांपुढे ✔ अशी खूण झाली, की ती विवाह करणार होती. प्रश्न चमत्कारिक असे होते, परंतु उत्तरं राजकन्येला आवडली पाहिजेत. तसं पाहिलं तर सगळाच गमतीचा मामला होता.

स्वयंवर प्रश्नोत्तरे सुरू.

**राजकन्या :** उत्तर धुव्रापासून दक्षिण ध्रुवापर्यंत ड्रिलिंग मशीननं छिद्र पाडत गेल्यास एकंदर खर्च किती येईल?

**तरुण :** अशा प्रकारचं आरपार छिद्र पाडण्याचा नस्ता उद्योग कुणीही केला नाही. तरीही राजकन्येला अंदाजे खर्च पाहिजे असल्यास, 'ग्लोबल टेंडर्स' मागवावीत. लोएस्ट एस्टिमेटचे टेंडर राजकन्येनं पास करून त्या कंपनीला ते काम द्यावे. (राजकन्येनं प्रश्नापुढं खूण केली. कसली ते राजकन्येलाच माहीत.)

(यापुढे 'रा' म्हणजे राजकन्येनं विचारलेला प्रश्न आणि 'त' म्हणजे तरुणानं दिलेलं उत्तर.)

**रा :** कोणत्याही हॉस्पिटलमध्ये मुंग्या का जात नाहीत याचं कारण सांगू शकाल का?

**त :** उत्तर अगदी सोपं आहे. आपण हॉस्पिटलमध्ये गेलो तर आपल्याला डायबेटिसचे पेशंट म्हणून ॲडमिट करतील आणि आपल्याला गोड खाण्याला कायमची मनाई करतील, या भीतीनं मुंग्या हॉस्पिटलकडे फिरकतच नाहीत.

(प्रत्येक उत्तरानंतर राजकन्या पेननं खूण करते, असं यापुढंही समजावं.)

**रा :** कितीही दात दुखले तरी हत्ती डेंटिस्टकडे का जात नाही?

**त :** कुणीही डेंटिस्टकडे गेला, की डेंटिस्ट प्रथम तोंडात असलेले दात उपटतो. हत्तीच्या शूर्पकर्णांवर ही गोष्ट गेली असावी. म्हणून डेंटिस्टकडे जायचं हत्ती टाळत असणार. दुसरं म्हणजे, माणसाच्या दातांची कवळी मिळते, तर हत्तीच्या दातांची कवळी कोणताही डेंटिस्ट देऊ शकणार नाही.

**रा :** इथं समोर पृथ्वीचा गोल (फुटबॉलसारखा गोल) ठेवला आहे. मला ऑस्ट्रेलियात पत्र पाठवायचं आहे, तर पोस्टाच्या पाकिटावर पत्ता कसा लिहावा?

**त :** आपण पाकिटावर पत्ता लिहितो तेव्हा पाकिटावरच्या उजव्या कोपऱ्यात किंमत, अशोकसिंह वगैरे असतं. ऑस्ट्रेलियाला पत्र पाठवताना ही किंमत वगैरेची बाजू खाली उलटी धरावी आणि पत्ता लिहावा. इथे पृथ्वीच्या गोलाकडे पाहा. विषुववृत्ताच्या खाली, उलटं-उलटं वाटू लागतं. विषुववृत्ताच्या वरच्या भागात राहणाऱ्या आपणा सर्वांचे पाय विषुववृत्ताकडे आणि डोकं उत्तर ध्रुवाकडे असणार. याच पद्धतीनं विषुववृत्ताच्या खालच्या भागातल्या म्हणजे ऑस्ट्रेलियातल्या लोकांचेही पाय विषुववृत्ताकडे आणि डोकं दक्षिण ध्रुवाकडे असणार. याच पद्धतीनं विषुववृत्ताच्या खालच्या भागातल्या म्हणजे ऑस्ट्रेलियातल्या लोकांचेही पाय विषुववृत्ताकडे आणि

डोकं दक्षिण ध्रुवाकडे असणार. म्हणून तिकडच्या पोस्टमनला वाचता यावं म्हणून,

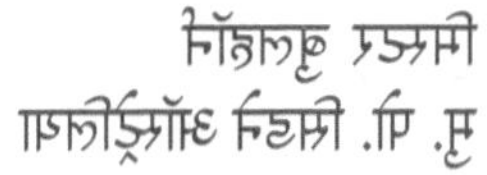

अशा पद्धतीनं म्हणजे अक्षरांचं शीर्षासन करून पत्ता लिहावा लागेल.

**रा :** माझ्याकडे एका चित्रकारानं काढलेलं हे चित्र आहे. चित्र उत्कृष्ट आहे. हापूस आंब्याच्या झाडावरचे आंबे जिराफ सहज तोंडात धरून खात आहे. सगळं कसं हुबेहूब दिसतं! मी तर या चित्राला शंभरापैकी शंभर मार्क देईन. तुम्ही किती मार्क द्याल?

**त :** शून्य मार्क देईन.

**रा :** एकदम शून्य? कारण काय?

**त :** चित्रकार मूर्ख आहे! ज्या देशात हापूस आंब्याची झाडं आहेत, तिथं जिराफ अजिबात नाहीत आणि ज्या देशात जिराफ आहेत, तिथं हापूस आंब्याची झाडं अजिबात नाहीत.

**रा :** देशोदेशी राजदूत नेमले जातात. त्याची थोडक्यात व्याख्या कराल काय?

**त :** राजदूत म्हणजे आपल्या देशासाठी परदेशात प्रामाणिकपणे खोटं बोलणारा माणूस.

**रा :** हल्ली कोणतीही गोष्ट पैशावाचून मिळत नाही. बायकोचं प्रेमसुद्धा तिच्यासाठी खूप खर्च केले, तरच मिळतं. अशा परिस्थितीत एखादी गोष्ट पैशांशिवाय मिळणं शक्य आहे काय?

**त :** आहे; एक पैसाही खर्च न करता मिळणारी एक गोष्ट आहे. तिचं नाव 'दारिद्र्य' आहे. दारिद्र्य अगदी चकट फूसुद्धा मिळतं.

**रा :** यशस्वी नवरा कुणाला म्हणावं?

**त :** बायको खर्च करते त्यापेक्षा अधिक पैसे दरमहा जो नवरा मिळवतो, त्याला यशस्वी नवरा, असं म्हणतात.

**रा :** माणसांचे प्रकार पुष्कळ असतात. तुम्हीही माणूसच आहात; तुम्हालाही माहीत असणारच. त्यातले जोडी जमवणारे दोन प्रकार सांगा.

**त :** १) काही माणसं अशी असतात, की ती 'जातात' तिथं आनंद निर्माण करतात आणि दुसरी काही माणसं अशी असतात, की ती जिथं गेली होती तिथून 'जातील' तेव्हा आनंद निर्माण करतात.

रा : समजा, तुम्ही लग्नाच्या विचारात आहात. तुमचे वय पंचवीस आहे. तुम्ही वीस वर्षांच्या एका मुलीशी लग्न करणं पसंत कराल, की दहा-दहा वर्षांच्या दोन मुलींशी लग्न करणं पसंत कराल?

त : मी तर दहा-दहा वर्षांच्या दोन मुलींशी लग्न करणं पसंत करीन.

रा : कमाल आहे! हा निर्णय मूर्खपणाचा आहे, असं तुम्हाला वाटत नाही का?

त : मुळीच नाही. मी पूर्ण विचार करून हा निर्णय केला.

रा : नीट खुलासा करून सांगा.

त : लग्नाच्या वेळी मी पंचवीस वर्षांचा आणि त्या दोघी दहा वर्षांच्या असणार. माझ्यापेक्षा त्या दोघी कायम पंधरा वर्षांनी लहान असणार. मी चाळिशीतला प्रौढ होईन, तेव्हा त्या दोघी ऐन पंचविशीत असणार. फक्त एक कळ प्रारंभी सोसावी लागेल. पहिली चार-पाच वर्षे व्रतस्थ राहावं लागेल. नंतर अधिकस्य अधिकं फलम्!

रा : खरोखरच ग्रेट आहात.

त : मला दूरवरचा विचार करायची सवय आहे.

रा : मधेच एक फुसका प्रश्न विचारते. आपला चहा प्यायचा कप असतो ना, त्याचा कान डावीकडे असतो, की उजवीकडे?

त : कप डाव्या हातात धरला तर कपाचा कान डावीकडे असतो आणि उजव्या हातात धरला, की उजवीकडे असतो; म्हणून दोन्ही बाजू चूक. खरं उत्तर असं आहे : कपाचा कान कपाच्या आतल्या बाजूला नसून कायम बाहेरच्या बाजूला असतो.

रा : इतिहास घडतो कसा?

त : कोणताही मूर्ख माणूस इतिहास घडवू शकतो, परंतु त्याची पद्धतशीर नोंद मात्र विद्वान माणूसच करू शकतो.

रा : पुरुष नेहमी म्हणत असतात, 'बायका मूर्ख असतात' याविषयी तुमचंही मत तेच आहे काय?

त : होय. हेच मत आहे, परंतु त्याचं कारण निराळं आहे. परमेश्वरानं बायकांना मूर्ख बनवणं याचं कारण त्यांचा स्वभाव पुरुषांच्या स्वभावाशी मॅच झाला पाहिजे, मिळता-जुळता असला पाहिजे.

रा : जन्मदाती आई श्रेष्ठ, की शिक्षण देणारा प्राध्यापक?

त : माझ्या मते, प्राध्यापक आईपेक्षा शंभरपट श्रेष्ठ असतो, ही वस्तुस्थिती आहे.

रा : कमाल आहे! तुमचं मत जगावेगळंच दिसतं. सिद्ध करून दाखवाल काय?

त : अवश्य. कसं ते पाहा. जन्मदाती आई आपल्या एकाच मांडीवरच्या मुलाला एका वेळी झोपवू शकते; परंतु प्राध्यापक आपल्या रटाळ लेक्चरमुळे एकाच वेळी क्लासमधील शंभर-शंभर मुलांना झोपवू शकतो. म्हणून प्राध्यापक आईपेक्षा शंभरपट श्रेष्ठ असतो.

रा : काही काही माणसं खूप-खूप सिगारेटी ओढतात. त्या बंद करण्यासाठी काय करावं?

त : दोन गोष्टी. एक— मनाचा निश्चय; दोन— खिशात नेहमी ओलसर काड्यांची पेटी ठेवावी.

रा : पैसे वाचवण्यासाठी स्वस्त वस्तू विकत घेणं, याबद्दल तुमचं मत काय?

त : उदाहरण देऊनच सांगायचं तर, पैसे वाचवण्यासाठी स्वस्त वस्तू विकत घेणं, हे वेळ वाचवण्यासाठी घड्याळ बंद ठेवण्यासारखंच मूर्खपणाचं आहे. तरीही पुष्कळ माणसं पैसे वाचवण्यासाठी स्वस्त वस्तूच विकत घेतात.

रा : एक्सपर्ट कुणाला म्हणतात?

त : ज्या माणसाला फक्त एकाच विषयातलं जास्तीत जास्त कळतं आणि जास्तीत जास्त विषयांतलं कमीत कमी कळतं, त्याला एक्सपर्ट म्हणतात. एक-दोन उदाहरणं देतो. प्रोफेसर विश्वानंद खगोलशास्त्रात श्रेष्ठ व्यक्ती आहेत. अमुक ग्रह अमुक तारखेला रात्री अकरा वाजून चाळीस मिनिटांनी कुठं असेल, हे अचूक सांगू शकतात; परंतु खगोलशास्त्राचे हे एक्सपर्ट प्रोफेसर त्याच रात्री अकरा वाजून चाळीस मिनिटांनी आपली वीस वर्षांची तरुण मुलगी नेमकी कुठं असेल, हे सांगू शकत नाहीत. दुसर- एक एक्सपर्ट शास्त्रज्ञ प्रयोगशाळेत कार्यक्रम असता, त्यांच्या असिस्टंटनं त्यांना मुलगा झाल्याची गोड बातमी सांगितल्यावर, शास्त्रज्ञ महाशय त्याला म्हणाले, "ही बातमी चटकन माझ्या बायकोला (जिला मुलगा झाला) सांग. तिलाही खूप आनंद वाटेल, ही बातमी ऐकून."

रा : बायका नेहमी वय लपवतात, कमी सांगतात. असं करताना त्यांना प्रसंगाचंही भान राहत नाही. एखादी घटना सांगू शकाल काय?

त : माझ्या माहितीतली एक घटना आहे. एक अत्यंत सुंदर, तरुण विवाहितेवर वैधव्याची कुऱ्हाड पडली. साहजिकच ती रडून-रडून हैराण झाली.

तिची जिवाभावाची मैत्रीण तिचं सांत्वन करायला गेली. मैत्रीण तिला म्हणाली, "ऐन पंचविशीत तुझ्यावर केवढा दुर्धर प्रसंग ओढावला आहे!" तेव्हा दु:खात बुडून गेली असतानाही ती नवविधवा (वयाची दुरुस्ती करत) म्हणाली, "पंचविशीत नाही गं- साडेचोविशीत!"

**रा :** मी स्वत: स्त्री असले तरी वयचोरीच्या गोष्टी मला आवडतात. आणखी एखादा किस्सा सांगाल का?

**त :** माझ्याकडे असले रग्गड किस्से आहेत. अशीच एक 'प्रौढबाला' तरुण दिसण्याचा आटोकाट प्रयत्न करत होती. एका पत्रकाराला तिनं मुलाखतही दिली. पत्रकाराला तिचं खरं वय किती असेल याचा अंदाज कधीच आला होता. तरीही त्यानं तिला विचारलं, "तुमचं वय काय?" तेव्हा ती प्रौढबाला लाजत म्हणाली, "फक्त वीस!" हे ऐकल्यावर पत्रकार तिचं अभिनंदन करत म्हणाला, "वीस वर्षं 'कोमा'त होता, त्यातून बाहेर आल्याबद्दल अभिनंदन!"

**रा :** मुत्सद्दी आणि राजकारणी यात फरक काय?

**त :** राजकारणी उद्याचा विचार करतो, तर मुत्सद्दी आयुष्यभराची तरतूद करून ठेवतो.

**रा :** अर्थशास्त्रज्ञ कुणाला म्हणावं?

**त :** उद्या अमुक-अमुक घडेल, आर्थिक घडामोडी, महागाई, जनजीवन, दारिद्र्यनिर्मूलन वगैरे कसं नक्की होणार, हे अभ्यासपूर्ण पद्धतीनं लोकांना चांगलं पटवून देणारा आणि लगेच परवा दिवशी, काल यांपैकी कोणतीही गोष्ट का घडू शकली नाही, हेही अभ्यासपूर्ण पद्धतीनं पटवून देणाऱ्या माणसाला अर्थशास्त्रज्ञ म्हणतात.

**रा :** एखादा मित्र अजिबात आवडत नसेल आणि त्याची स्मरणशक्ती नष्ट करायची असेल, तर काय करावं?

**त :** अगदी साधा उपाय आहे. त्याला हजार-पाचशे रुपये उसने म्हणून द्या. तो होऊन तुमच्याकडे येणं बंद करील आणि पैसे परत करायचेही साफ 'विसरून' जाईल.

**रा :** प्रत्येक देशाला एक इतिहास असतो. त्याबद्दल तुमचं मत काय?

**त :** एक इतिहास यातील एक या शब्दास माझा आक्षेप आहे. याउलट, प्रत्येक देशाला दोन इतिहास असतात. एक : खरा-खरा इतिहास आणि दोन : ऑफिशिअल इतिहास.

**रा :** चांगली स्त्री आणि चांगला पुरुष ओळखण्याचा निकष कोणता?

त : ती काय करते यावरून चांगली स्त्री ओळखली जाते आणि तो काय (काय) करत नाही यावरून चांगला पुरुष ओळखला जातो.

रा : गमतीचा प्रश्न. हत्तीला आठ पाय असतात काय? शक्य आहे काय?

त : शक्य आहे. दोन हत्तीं एकत्र उभे केले, की आठ पाय मोजून घ्या.

रा : हॉस्पिटलमध्ये डास खूप असतात. डास तिथं कशासाठी जातात?

त : इंजेक्शनचा फर्दर स्टडी करण्यासाठी. डास जेव्हा माणसाला चावतो, तेव्हा ती क्रिया इंजेक्शनची सुई शरीरात घुसवावी तशीच असते. त्याचाच फर्दर स्टडी— डॉक्टर कसं इंजेक्शन देतात, हे पाहून डास करतात. म्हणून तर डास फर्दर स्टडीसाठी हॉस्पिटलमध्ये नेहमी येत असतात.

रा : लोकशाही सरकारची नेमकी व्याख्या कशी कराल?

त : लोकशाही सरकार म्हणजे जास्तीत जास्त मूर्खांनी निवडून दिलेलं सरकार.

रा : याला आधार?

त : 'वाइज मेन आर ऑल्वेज इन मायनॉरिटी' हे जगन्मान्य त्रिवार सत्य आहे. याचीच दुसरी बाजू, 'फूल्स आर ऑल्वेज इन मेजॉरिटी' हेही तेवढं स्ट्रॉंग सत्य आहे. लोकशाही सरकार हे बहुसंख्याकांचं प्रतिनिधित्व करणारं सरकार असतं. यालाच सर्व प्रकारच्या राज्यपद्धतीत आदर्श राज्यपद्धत म्हणण्याची पद्धत आहे.

रा : समुद्राची भरती आणि काळ कुणासाठी कधी थांबत नसतात, अशी एक म्हण आहे. हे खरं आहे का?

त : समुद्राच्या बाबतीत खरं आहे; परंतु काळ मात्र स्त्री बघितली, की पाघळतो. स्त्री पंचवीस वर्षांची झाली की, काळ तिथंच तीन-चार वर्षं मुक्काम ठोकून बसतो. दोन-तीन वर्षं पुढं जातो न जातो तोच स्त्री तीस वर्षांची झाल्यावर पुन्हा काळ तिच्या भोवती तीन-चार वर्षं रेंगाळत राहतो. यामुळे होतं काय, स्त्रीचं चाळिसावं वर्ष हे अक्षरश: कंटाळवाणं असतं. हे चाळिसावं वर्ष आधीची दहा वर्षं येता येत नाहीत आणि हे चाळिसावं वर्ष पुढची दहा वर्षं संपता संपत नाही. इतकी वर्षं काळ स्त्रियांत रंगून जातो.

रा : तुम्ही आणि तुमचा मित्र दोघे उत्तर ध्रुवावर गेलात, असं समजा. सहज गप्पा मारत बसला आहात. दोघांचेही शब्द तोंडाबाहेर पडल्यावर तिथल्या अफाट थंडीमुळे शब्द गोठून बर्फाच्या खड्यात रूपांतर होईल. तुमचं

बोलणं कळण्यासाठी तुम्ही काय आयडिया कराल?

**त :** साधी आयडिया आहे. उत्तर ध्रुवावरच्या थंडीत असं काही होणार याची आम्हाला पूर्वकल्पना असणार. म्हणून आम्ही जाताना स्टोव्ह, तवा, झारा आणि एक लहान ताट नेऊ. शब्दांचे बर्फ-खडे स्टोव्हवरच्या गरम तव्यावर ठेवल्यावर ते खडे वितळून त्यांचे शब्दांत रूपांतर झालं, की लगेच झाऱ्याने ते शब्द ताटामध्ये घेऊ. मग शब्दांतून आवाज येऊ लागला, की आमचं बोलणं आम्हाला समजेल.

**रा :** ग्रेट आहात! आता काय करा, तुम्ही दक्षिण ध्रुवावर एकटेच गेला आहात, असं समजून तिथल्या थंडीचा एखादा अनुभव सांगा.

**त :** तो अनुभवही सांगण्यासारखा आहे. दक्षिण ध्रुवावर मी एकटाच असल्यामुळे वेळ जात नव्हता. एका कागदावर सहज 'पाणी' हा शब्द लिहिला. तिथंही थंडीही एवढी जबरदस्त, की लिहिताना 'पाणी' शब्द लिहिला, वाचला मात्र 'बर्फ' हा शब्द. यावरून दक्षिण ध्रुवावर किती थंडी असते, याचा मी प्रत्यक्ष अनुभव घेतला.

**रा :** पुन्हा एकदा तुम्ही ग्रेट आहात.

**त :** मघाचं आणि आत्ताचं मिळून दोनदा थँक्यू.

**रा :** एखाद्याला पोहायला कसं शिकवाल?

**त :** एका काल्पनिक तरुणाला मी सूचना देत आहे. ऐका— "हे बघ, नदी ज्या दिशेनं वाहते, त्या दिशेकडे तोंड करून नदीत पालथा पड. पाण्याचा पृष्ठभागाशी समांतर पालथा राहून आणि हात-पाय एकसारखे हलवत राहा. तू आपोआप पुढं जात राहशील. असंच पोहत राहा. एक लक्षात ठेव— बंगालचा उपासागर जवळ आला रे आला, की चलाखी करून नदीचा किनारा गाठ आणि टुण्कन उडी मारून बाहेर जमिनीवर ये."

**रा :** गुरुमाऊली, नमो नमः! पुढचा प्रश्न विचारते. एक फार प्रसिद्ध गाणं आहे. त्यातली एक ओळ अशी आहे, 'उजेडात घडते पुण्य, अंधारात पाप...' तुम्ही उजेडातल्या पुण्याची आणि अंधारातल्या पापाची काही उदाहरणं सांगू शकाल काय?

**त :** गीतकारानं 'उजेडात घडते पुण्य' आणि 'अंधारात पाप' असे वैश्विक (युनिव्हर्सल) दोन सॉलिड सिद्धांतच ठामपणे मांडल्यामुळे पाप-पुण्याला एक नवीनच मानदंड लाभला आहे.

१) बँकांवर दिवसाढवळ्या दरोडे पडतात. २) स्त्रियांवर भर दिवसा

बलात्कार होतात. ३) रात्रीपेक्षा दिवसा सूर्यप्रकाशात खून होतात. ४) खिसेकापूचं कौशल्यही दिवसाच्या गर्दीतच सुलभपणे होत असतं. ५) परीक्षेच्या वेळी कॉपी करणं, हेही प्रकाशाच्या साक्षीनंच होत असतं. ६) मार्कांची खाडाखोड, नापासाचा पास ही कामंही सूर्यनारायणाच्या साक्षीनंच होत असतात. ७) लाच, हप्ते, 'च्यवनप्राश' (मोठ्या साहेबांची लाच). ८) लोकप्रतिनिधींची खरेदी-विक्री (घोडेबाजार), ९) फसवणुकीचे मोठमोठे व्यवहार भगवान सहस्त्ररश्मीच्या साक्षीनं होत असतात. १०) चोरटे अनैतिक संबंध रात्रीपेक्षा सोईच्या दृष्टीनं ('ते' ऑफिसला गेल्यावर) दिवसाच अधिक होतात.

'उजेडात घडते पुण्य' या कविसिद्धांताप्रमाणे या सर्व गोष्टी पुण्यकारकच समजणं भाग आहे.

आणि -

१) श्रीकृष्ण मध्यरात्रीच्या अंधारात जन्मले. २) शिवाजीमहाराजांनी आग्र्याहून, औरंगजेबाच्या तावडीतून स्वत:ची सुटका रात्रीच्या अंधारातच करून घेतली. ३) सिद्दी जोहारला खोटंच शरणागतीचं पत्र पाठवल्यावर पहारा ढिला झाला. पन्हाळगडावर चार महिने बंदिवासात अडकून पडलेले शिवाजीमहाराज रातोरात पन्हाळगडावरून निसटले आणि विशाळगडावर पोहोचले. सगळं रात्रीच्या अंधारातच घडलं. ४) कोंडाणा किल्ला घेण्यासाठी तानाजी आणि मावळे मध्यरात्रीच्या अंधारातच आडवाटेनं किल्ल्यावर गेले. तानाजीला वीरगती मिळाली. किल्ला सर केला, तोही रात्रीच्या अंधारातच. ५) शाहिस्तेखानाच्या सैन्याला चकवण्यासाठी अनेक बैलांच्या शिंगांवर कापड तेलात बुडवून बांधले आणि ते पेटवून बैलांना कात्रजच्या दिशेनं पळवले. शाहिस्तेखानाला वाटलं, ते शिवाजीचं सैन्य पळत आहे. म्हणून खानाचं सैन्यही जणू काही बैल होऊन त्या बैलांमागे पळत सुटलं. हे सगळं रात्रीच्या अंधारातच घडलं. 'अंधारात पाप' या सिद्धांताप्रमाणे ही सगळी पापकर्मेच होती, असं मानलं पाहिजे.

**रा :** कोणत्याही गाण्याच्या रेकॉर्डिंगच्या नाना प्रकारच्या वाद्यांचा प्रचंड गोंगाट होतो. त्यामुळे गाण्यातले शब्द नीट समजत नाहीत. कधी कधी चुकीचे शब्द ऐकू आल्यासारखं वाटतं. मला तसा अनुभव आला आहे. तुम्हालाही तसा अनुभव आला काय?

**त :** होय. 'गंगा यमुना डोळ्यांत उभ्या का...' या गाण्याच्या वेळी, 'डोळ्यांत' हा शब्द आला, की वाद्यांच्या आवाजामुळे भलताच ऐकू येत असे.

'गंगा यमुना डोळ्यांत' ऐवजी मला 'गंगा यमुना बोळात उभ्या का, जा मुली जा, बघुनिया सांग मला' असं काही बाही ऐकू येत होते.

दुसरं एक गाणं— हिंदी आहे. 'आप जैसा कोई, जिंदगी में आये तो बात बन जाये' या गाण्यातला 'बात' शब्द वाद्यांच्या गोंगाटामुळे निराळाच ऐकू येत असे. याप्रमाणे : 'आप जैसा कोई, जिंदगीमें आये तो बाप बन जाये' असं ऐकू यायचं आणि हेच बरोबर असावं, असं वाटायचं. कारण, ही इतकी सुंदर तरुणी इतक्या हँडसम, रुबाबदार तरुणाला उद्देशून हे गाणं म्हटल्यामुळे तो तरुण काही दिवसांनी बाप सहज होईल, असं वाटणं साहजिक आहे.

**रा :** आता फालतू प्रश्नांना चुकीची उत्तरं फटाफट द्या. 'गायनकला' याला इंग्लिश शब्द?

**त :** गायनॉकॉलॉजी.

**रा :** रेडिऑलॉजी?

**त :** नवीन रेडिओ तयार करण्याचे आणि जुने दुरुस्त करण्याचं शास्त्र म्हणजे रेडिऑलॉजी.

**रा :** पायोरिया?

**त :** पायाला होणारा एक रोग.

**रा :** सायकॉलॉजी म्हणजे मानसशास्त्र; त्याप्रमाणेच बायकॉलॉजी म्हणजे काय?

**त :** बायकॉलॉजी म्हणजे बायकांचं मानसशास्त्र.

**रा :** डायरिया?

**त :** रोज डायरी लिहिणाऱ्या माणसाचं आडनाव. रुईया, कापडिया वगैरेप्रमाणे.

**रा :** हीरो होंडा - यातलं होंडा म्हणजे काय?

**त :** आपला हांडा असतो ना, त्याला जपानी भाषेत 'होंडा' म्हणतात.

**रा :** जपानी माणसाचं एखादं नाव सांगा.

**त :** मारा बाता ठोका थापा - एकदम उच्चार करा.

**रा :** सुभाषितवजा वाक्यांचा खच पाडणाऱ्या एका लेखकानं म्हटलं आहे, 'जीवनाचा मार्ग मरणाच्या मैदानातून जातो.' पुढचे तुम्ही सांगा.

**त :** —आणि 'मरणाचा मार्ग सार्वजनिक हॉस्पिटलवरून जातो.'

**रा :** सार्वजनिक हॉस्पिटलाची ख्याती कशासाठी आहे?

**त :** आजारी माणूस तिथं आत जाताना 'उभा' जातो आणि बाहेर मात्र 'आडवा' अवस्थेत येतो.

**रा :** चीन देशाचे मुख्य विभाग सांगा.

त : प्रा-चीन आणि अर्वा-चीन.

रा : आता खरी उत्तरं द्या. एव्हरेस्ट शिखराची उंची किती आहे?

त : ८४४८ मीटर.

रा : या आकड्यात तुम्हाला विशेष काही आढळलं का?

त : होय. डावीकडून उजवीकडे आणि उजवीकडून डावीकडे हे आकडे वाचा. त्याच क्रमाने येतात. अशा प्रकारच्या आकड्यांना, शब्दांना, वाक्यांना 'पॅलिनड्रोम' असं म्हणतात. उदाहरणार्थ, 'डालडा', 'रबर,' वाक्य :
'तो कवि डालडा विकतो.'

रा : अकराच्या पटीतली माहिती सांगा.

त : 'सुमारे' हा शब्द वापरून सांगतो. महाराष्ट्राच्या अकरापट हिंदुस्थान आहे. हिंदुस्थानच्या अकरापट आशिया आणि आशियाच्या अकरापट पृथ्वी आहे.

रा : कशावरून?

त : तुम्ही स्वत:च मोठा टेप घेऊन मोजून पाहा ना.

रा : एखाद्या माणसाला समुद्रात टाकलं, तर काय होईल?

त : भरतीच्या वेळी टाकलं, तर पुन्हा किनाऱ्याला लागेल आणि ओहोटीच्या वेळी टाकलं, तर 'समुद्रस्तृप्यन्तु'.

रा : आता भौगोलिक प्रश्न विचारते. संपूर्ण जगात, सर्वच्या सर्व माणसं शहाणीच आहेत, अशा प्रदेशाचं नाव काय आहे?

त : महाराज्य.

रा : त्यातही विशेष शहाणे कुठं आहेत?

त : पुण्य मंडलात.

रा : त्यातही अधिक विशेष शहाणे कुठं राहतात?

त : पुण्यवती नगरीत.

रा : आणि सुप्रीम शहाणे कुठं आहेत?

त : याच नगरीतील 'सदैव शिव' नामक विभागात. इथं जगातल्या सर्वोच्च शहाणपणाचा परमोच्च बिंदू आहे.

रा : अंतिम प्रश्न. तुम्ही कुठून आलात?

त : त्याच सुप्रीम, परमोच्च बिंदूतून आलो आहे.

रा : तरीच! मी तुमचं मन:पूर्वक स्वागत करते. तुमच्या प्रत्येक उत्तरापुढे बरोबरची '✔' अशी खूण केली आहे. हे पाहा. तुम्ही 'प्रश्नोत्तर

स्वयंवर' परीक्षेमध्ये शतप्रतिशत विजयी झाला आहात. या माझ्या शेजारच्या उजव्या उच्चासनावर विराजमान व्हा. त्यामुळे मी आपोआपच तुमची 'वामांगी' झाले. कोण आहे रे तिकडे? स्वयंवर जिंकल्याची वरमाला आणा. (तरुणास) तुम्ही उभे राहा. मी तुमच्या गळ्यात तुमची वामांगी, अर्धांगी, धर्मपत्नी म्हणून हा हार घालते. (सनई-चौघडा वाजू लागतो.)

एक साधा मध्यमवर्गीय तरुण राजकन्येचा पती, राजजामात आणि घरजावईसुद्धा झाला. उभयता सुखानं राहू लागले. 'शुभं भवतु - कल्याणमस्तु.'

□□□

# .३.

# ।।आनंदवन-भुवनी।।

## असमर्थ भ्रमदास स्वामी विरचित

स्वप्नी जे देखिले रात्री ।
प्रभाती ठरले खरे ।
सुटे गुंड 'टाडा'चे ।
आनंदवनभुवनी ।।१।।

पळाला दाऊद्या पापी ।
मेमनांसह कुठेतरी ।
याकूब फक्त परताहे।
आनंदवनभुवनी ।।२।।

पाच सहस्त्र कोटींची ।
उड्डाणे मारिली तरी ।
घटना हर्षदा वाटे ।
आनंदवनभुवनी ।।३।।

महागल्या सर्व भाज्या ।
वीस रुपये किलो दरे।
मि. को.'[१] लाही रुपैया द्या ।
आनंदवनभुवनी ।।४।।

अन्नधान्य गडप झाले ।
चढ्या भावे गहू मिळे ।
ज्वारीलाही रूपै साहा ।
आनंदवनभुवनी ।।५।।

शर्करा रुपये पंध्रा ।
खाद्य तेलचि चाळीस ।
गगनाला भिडे भाव ।
आनंदवनभुवनी ।।६।।

केशकर्तना रुपये दाहा ।
दाढीचे रुपये पंचक ।
दाढी ट्रिमिंगचा दुजा भाव[२] ।
आनंदवनभुवनी ।।७।।

पुंडांच्या उठल्या फौजा ।
खैर ना रजोगुणाची ।
शरदाचे चांदणे पोळे ।
आनंदवनभुवनी ॥८॥

संजय उवाच दत्ताला ।
खर्चा वजन तुमचे ।
सोडवा टाडामधुनी ।
आनंदवनभुवनी ॥९॥

मुले अफलातून मंत्र्यांची ।
पित्याला गुंतवी सदा ।
पिता सोडवी बाळांते ।
आनंदवनभुवनी ॥१०॥

दिल्लीला घडते जे जे ।
गल्लीमाजी प्रतिध्वनी ।
सर्वत्र चोरबाजार ।
आनंदवनभुवनी ॥११॥

बहुसंख्यांचा धर्म जातीय ।
गुन्हा त्याचा, प्रचार तो ।
खासदारकी जातसे त्याने ।
आनंदवनभुवनी ॥१२॥

बुडाले सर्व सज्जन ।
गुंड पुंड बळावले ।
सभ्यतेचा क्षयो झाला ।
आनंदवनभुवनी ॥१३॥

सद्धर्म बुडला आता ।
सत्संहारही जाहला ।
रखडली राम क्षेत्रे ।
आनंदवनभुवनी ॥१४॥

मातले हिरण्यकश्यपू ।
नरसिंह थिटा पडे ।
जन-प्रल्हादे कुठे जावे ।
आनंदवनभुवनी ॥१५॥

उदंड जाहले पाणी ।
महापूर जिथे तिथे।
प्रतिवर्षी हाहाकार ।
आनंदवनभुवनी ॥१६॥

वेदशास्त्रधर्म चर्चा ।
सेक्युलरी अवैध ती ।
अल्पसंख्यांचा धरी गोंडा ।
आनंदवनभुवनी ॥१७॥

राम कर्ता राम भोक्ता ।
अयोध्येत पडे फिका ।
नसे त्याला निकेतन ।
आनंदवनभुवनी ॥१८॥

अधर्मू वाढला येथे ।
धर्मा मारुनी लाथ ती ।
वासनाकांड तो धर्म ।
आनंदवनभुवनी ॥१९॥

गुंड-गट्टी हातभट्टी ।
सत्यसुट्टी जिथे तिथे ।
हप्ते द्या हो शिपायांना ।
आनंदवनभुवनी ॥२०॥

लायसन्से पर्मिटांचा ।
सुकाळू जाहला बहू ।
लक्ष लक्ष रुपै मोजा ।
आनंदवनभुवनी ॥२१॥

बलात्कार, चीत्कार ।
ऐकू ये चहूकडे ।
सुटे निर्दोष ते गुंड ।
आनंदवनभुवनी ॥२२॥

भुज-बळ तसे मोठे ।
कानाखाली ध्वनी करू ।
धन्य ती स्वामिनिष्ठा हो ।
आनंदवनभुवनी ॥२३॥

विमानी करुनी दंगा ।
विनयभंगा करूनिया ।
नीतीच्या मारिती गप्पा ।
आनंदवनभुवनी ॥२४॥

अयोध्याराम तो गप्प ।
कासीराम करि वल्गना ।
बुडवा ब्राह्मणा सर्वे ।
आनंदवनभुवनी ॥२५॥

उदंड जाहले हप्ते ।
अंत ना लाचलुचपती ।
टेबलाखालुनी व्यवहार ।
आनंदवनभुवनी ॥२६॥

समर्थाघरच्या श्वाना ।
मंत्रीपदही लाभते ।
भुंकणे चालू पुढेसुद्धा ।
आनंदवनभुवनी ॥२७॥

हे राज्य होआवे ।
श्रींची इच्छा तदा असे ।
संप्रती राज्य चोरांचे ।
आनंदवनभुवनी ॥२८॥

रामशास्त्री माहुलीला ।
निष्कांचन परत फिरे ।
रामस्वामी गब्बर झाला ।
आनंदवनभुवनी ॥२९॥

चौसष्ट कोटींचा मलिदा ।
बोफोर्सने दिधला कुणा ।
वर्षानुवर्ष तो घोळ ।
आनंदवनभुवनी ॥३०॥

बारा वर्षे चालुनी खटला ।
श्री-वर्धन मुक्त जाहले ।
कायद्याची कृपा ऐशी ।
आनंदवनभुवनी ॥३१॥

सरपंच होण्याचीही ।
जयाची लायकी नसे ।
राजधानीमध्ये मंत्री ।
आनंदवनभुवनी ॥३२॥

अनंते ठेविले तैसे ।
राहावे, बोध तो जुना ।
लाखांविना न तो ठेवी ।
आनंदवनभुवनी ॥३३॥

काल 'बंद' आज 'बंद' ।
'बंद'ला धरबंद ना ।
जोडीला 'धरणे', 'संप' ।
आनंदवनभुवनी ॥३४॥

ऐशा लोकशाहीत ।
नव्वद कोटी कसेबसे ।
सुस्कारे टाकुनी जगती ।
आनंदवनभुवनी ॥३५॥

सिनेमे पारंपरिक ।
आऊटडेटेड जाहले ।
ब्ल्यू फिल्मांचा सुकाळू हो ।
आनंदवनभुवनी ॥३६॥

व्ही. पी. गेले, आले पी. व्ही. ।
अक्षरे मागुली पुढे ।
खुर्चीकांक्षी आले गेले ।
आनंदवनभुवनी ॥३७॥

साखर-सम्राट बहू झाले ।
लॉबी करुनि राहिले ।
शिक्षण-सम्राट नवे आले ।
आनंदवनभुवनी ॥३८॥

म्हणाला कृष्ण गीतेत ।
"संभवामि युगे युगे ।"
ऑर्थर डंकेल रूपाने ।
आनंदवनभुवनी ॥३९॥

दावण्यासारखे जे जे ।
नट्या दावी सदा न् कदा ।
सिनेमामध्ये धुमाकुळू ।
आनंदवनभुवनी ॥४०॥

चोरूनी वीज घेता ती ।
कॅनॉल जलही चोरती ।
'फुडाऱ्यां'चा असे हक्क ।
आनंदवनभुवनी ॥४१॥

वीज, पाणी नि कॉलेजे ।
विमानतळही होतसे ।
मतदारां खूष करणे ।
आनंदवनभुवनी ॥४२॥

लाडके अल्पसंख्याक ।
डोस्क्यावरी बैसले ।
उतरणे शक्य ना आता ।
आनंदवनभुवनी ॥४३॥

बी. एड. कॉलेजाची पेवे ।
फुटली ती इतस्तत: ।
विद्यार्थ्यांना नसे वाली ।
आनंदवनभुवनी ॥४४॥

उदात्तीकरण गुंडांचे ।
फोटो छापून पुन:पुन्हा ।
हीरो वाटे जनांना तो ।
आनंदवनभुवनी ॥४५॥

पक्षान्तरा रुपये लाखो ।
धंदा तेजीत चालतो ।
लाभ मंत्रीपदाचाही ।
आनंदवनभुवनी ॥४६॥

सभेला राजकारण्यांच्या ।
भाड्याने मिळती जन ।
टाळ्यांचा रेट तो दूजा ।
आनंदवनभुवनी ॥४७॥

कांता कनक देऊनी ।
साधावा कार्यभाग तो ।
मद्याने स्नेह जोडावा ।
आनंदवनभुवनी ॥४८॥
इथे फोटो, तिथे फोटो ।
फोटोनेच सत्यता ।
अवैध अन्यथा व्होट्स ।
आनंदवनभुवनी ॥४९॥
गुंड पुंड खुनी चोर ।
जंटलमेन आजचे ।
मानसन्मान ऐशांचा ।
आनंदवनभुवनी ॥५०॥

इति असमर्थ भ्रमदास स्वामी विरचित
स्वातंत्रोत्तर-स्थिति नाम स्तोत्रं समाप्तं ।

◻◻◻

टीप -
१. मि. को. - मिरच्या-कोथिंबीर
२. हा भाव अनंत भावेंना विचारा.

## .४.
# संकलित शहाणपणे

अथ थोडंसं व्याकरण. घोडा शब्दाचं अनेकवचन घोडे होते; आंबा शब्दाचं अनेकवचन आंबे असं होतं, तर अशाच 'शहाणपण' या 'आ' कारान्त शब्दाचं अनेकवचन 'शहाणपणे' सहज होऊ शकतं. आतापर्यंत शहाणपणाचं अनेकवचन करण्याचं राहूनच गेलं होतं. मी ही संधी घेतली आहे. काही काही माणसांचा शहाणपणा निराळ्या पद्धतीचा असतो. त्यांचा दृष्टीनं तो बरोबर असतो. त्यातूनच 'शहाणपणाजन्य मूर्खपणा निर्माण होतो.' अशा प्रकारची बरीच उदाहरणं आपण ऐकतो, पाहतो. त्यांपैकीच काही नमुने सादर करत आहे. लेखाच्या शीर्षकावरून लेखनाचं स्वरूप लक्षात आलं असेलच. सविस्तर लेखन माझं आहे.

चित्राली हे सोनाली, दीपाली, मिताली, स्वप्नाली या 'ली'कारान्त वर्गातलं मुलीचं नाव आहे. चित्रकलेचाच अभ्यासक्रम निवडल्यामुळे तिने आपलं नाव सार्थ केलं आहे. चित्रकलेचं तिचं शेवटचं वर्ष होतं. त्या वर्षीच्या विद्यार्थ्यांनी काढलेल्या चित्रांचं प्रदर्शन भरवण्यात आलं होतं. त्यातली काही चित्रं प्राध्यापकांनीही काढली होती. चित्रालीची चित्रं प्रदर्शनात होती, म्हणून ती उत्साहानं ते प्रदर्शन बघण्यासाठी आईला घेऊन गेली होती. आईला चित्र दाखवत पुढं-पुढं सरकत होती. मध्येच आई एकदम थबकली. खुद्द चित्रालीचं ते न्यूड मॉडेल होतं. आई कडाडली, "कार्टे, हे असं बसायला लाज नाही वाटली? कुणी काढलं हे चित्र?"

"आमच्या सरांनी." चित्रालीनं सांगितलं.

"तू सरांपुढं अशा अवस्थेत बसली होतीस काय?"

"नाही गं आई, मी सरांपुढे अशी कशी

बसेन?''

''मग हे चित्र तयार कसं झालं?'' आईनं विचारल्यावर डोकं चालवून चित्राली म्हणाली, ''आई, सरांचं हे मेमरी ड्रॉइंग आहे!''

''असं होय? मग काही हरकत नाही!'' शहाणपणाचा आव आणून तिनं कळाल्यासारखं केलं.


बाबूराव आपले मित्र श्यामराव यांच्याकडे गेले आणि म्हणाले, ''श्यामराव, सकाळी उठल्यावर अस्वस्थ वाटते, काय करावं सुचत नाही.''

''कशामुळे असं होतं?'' श्यामरावांनी विचारलं.

''नेमकं सांगता येत नाही; परंतु मी सकाळी उठलो की, रात्री केलेल्या कृत्याचा मला पश्चात्ताप होतो.''

''हा एक प्रकारचा फोबिया आहे,'' श्यामराव म्हणाले, ''अनामिक भीती आहे.''

''यावर काही उपाय आहे काय?'' बाबूरावांनी श्यामरावांना विचारलं.

''बाबूराव, उपाय आहे. तो असा : ज्या माणसाला रात्री केलेल्या कृत्याचा सकाळी उठल्यावर पश्चात्ताप होतो, अशा माणसानं सरळ दुपारीच उठावं. म्हणजे पश्चात्ताप वाट बघून-बघून निघून जाईल. उपाय करून बघा.''


रामराव भोळे नावाप्रमाणेच भोळे होते. ते वर्षानुवर्षे नित्यनियमानं ज्ञानेश्वरी वाचत असत. पुढं-पुढं अगदी ज्ञानेश्वरमय झाले. त्याच्याही पुढची पायरी म्हणजे ते स्वत:ला ज्ञानेश्वर समजू लागले. 'अहं ब्रह्मास्मि'च्या चालीवर 'अहं ज्ञानेश्वर: अस्मि' असं म्हणू लागले. त्यांचे परममित्र कृष्णराव योगेश्वर यांच्याकडे गेले आणि म्हणाले, ''कृष्णराव, मला हल्ली एकसारखं असं वाटतं की, मी ज्ञानेश्वर आहे, मी ज्ञानेश्वर आहे.'' कृष्णराव म्हणाले, ''छान! त्यामुळे आम्हाला एक लोकल ज्ञानेश्वर मिळाला. मुद्दाम उठून आळंदीला जायला नको.'' पण पुढं हे प्रकरण त्रासदायक होऊ लागलं. रामराव भोळे रोज येऊन सांगू लागले, ''कृष्णराव, मी नक्की ज्ञानेश्वर आहे बरं का!'' यांना कटवावं कसं याचा कृष्णराव विचार करू लागले. उपाय सापडला. दुसऱ्या दिवशी रामराव भोळे नेहमीप्रमाणे म्हणाले, ''मी ज्ञानेश्वर आहे.''

तेव्हा गंभीरपणाचं नाटक करत कृष्णराव रामरावांना म्हणाले, ''रामराव, जरा जवळ बसा. गुप्त गोष्ट सांगायची आहे. अगदी कानात!'' रामराव सरकून जवळ बसले. कृष्णराव गंभीर चेहरा करून म्हणाले, ''रामराव, असल्या गोष्टी

गुप्त ठेवायच्या असतात. अजिबात बोलून दाखवायच्या नसतात. त्यामुळे त्यातलं पुण्य कमी-कमी होत जाते आणि एके दिवशी तुमचं ज्ञानेश्वरपण संपून आधी होता तसे रामराव भोळे व्हाल. रामराव, कान जरा माझ्या तोंडाजवळ आणा. हो, ठीक. तुमचा-माझा परिचय किती वर्षांचा आहे?''

''सुमारे पन्नास वर्षांचा.'' रामराव म्हणाले.

''या पन्नास वर्षांत माझी एक फार मोठी गुप्त गोष्ट मी तुम्हाला सांगितली नाही. आता मात्र सांगणे भागच आहे. मी प्रत्यक्ष योगेश्वर भगवान श्रीकृष्ण आहे! मी याची कधी वाच्यता केली आहे का? अशा गोष्टी एकदम गुप्त ठेवायच्या असतात. तुम्हीसुद्धा, तुम्ही ज्ञानेश्वर आहात, ही गोष्ट कडेकोट गुप्त ठेवा. एकदा का पब्लिकला कळली की, ते लोक तुम्हाला आळंदीला कायमचे डांबून ठेवतील. म्हणून तुम्ही बातमी गुप्त ठेवा.''

रामराव भोळे यांना हा मुद्दा पटला. त्या दिवसापासून रामरावांनी, आपण साक्षात ज्ञानेश्वर आहोत, ही गोष्ट झटकन गुप्त करून टाकली.

झंपूराव हेही 'शहाणे'च. एकदा ते अंगणात सकाळी उभे होते. डोक्यापेक्षाही उंच काठी, त्याच हातात एक मोजायचा टेप. वरून उंची मोजण्यासाठी ते टेप आणि स्वत: काठीच्या टोकाला टेकवण्याचा प्रयत्न करत होते. टेप उंच धरून काठीच्या टोकापर्यंत टेकवण्याचा प्रयत्न (किंवा धडपड) करत होते. कधी टेप खाली पडत होता, तर कधी काठी. हे आलटून-पालटून होत असता, झंपूरावांचा मित्र तेथे आला. काय करतात, हे विचारून घेतल्यावर मित्र म्हणाला, ''साधा उपाय आहे. काठी जमिनीवर आडवी ठेव आणि टेपनं मोज.''

तेव्हा झंपूराव म्हणाले, ''ते मलाही कळतं. तू सांगायला नको. तू सांगतोस त्या पद्धतीने मोजलं तरी काठीची लांबी कळेल; मला लांबी नाही, उंची मोजायची आहे. म्हणून काठी उभी धरली होती. कळलं?''

कर्तारसिंग एकंदरीत श्रीमंत होता. बंगला, कार वगैरे सर्व काही होतं. कारमधून तो नेहमी कुठं ना कुठं जात असे. एकदा तो काही महत्त्वाच्या कामासाठी पुण्याला कारनं जात होता. ड्रायव्हर कार चालवत होता. कर्तारसिंग मुंबईहून निघाला. कार लोणावळ्याच्या थोडी अलीकडे बंद पडली. ड्रायव्हरनं बरीच यांत्रिक खाटखूट करून पाहिली. पण गाडी सुरू होईना. ''कार आगे नहीं जायेगी'' असं ड्रायव्हरनं सांगितल्यावर कर्तारसिंग लगेच निर्णय घेऊन म्हणाला, ''कार आगे नहीं जाती तो बंबई वापस चलो.''

छंटासिंग, संतासिंग, बंटासिंग आणि फंटासिंग या चौघांनी काही ना काही व्यवसाय करायचं ठरवलं. या मंडळींचे काही ठराविक व्यवसाय आहेत. कार दुरुस्तीचे गॅरेज. चौघांनी एक जागा घेऊन गॅरेजची पाटी लावली. पण कुणीही फिरकलं नाही. दोन महिने उलटले. काळं कुत्रंसुद्धा आलं नाही. चौघेही जाम वैतागले. समोरचं खुंटासिंगचं गॅरेज जोरात सुरू होतं. शेवटी वैतागून चौघांनी गॅरेजचा व्यवसाय बंद केला. या मंडळींचा आणखी एक आवडता व्यवसाय म्हणजे टॅक्सी चालवणं. एक टॅक्सी विकत घेतली. मुंबईतल्या निरनिराळ्या रस्त्यांवरून टॅक्सी धावत होती. बाकीच्या टॅक्स्या भरून जात होत्या. परंतु ही टॅक्सी मात्र बिनाप्रवासी धावत होती. एक आठवडा गेला. दोन आठवडे गेले. टॅक्सी नुसतीच धावत होती. पदरचं पेट्रोल खर्च करून आतबट्ट्याचा हा व्यवसाय किती दिवस चालवायचा? चौघांनी टॅक्सी बंद केली. असं का होतं, याचा चौघेही विचार करत बसले. नेमकं उत्तर त्यांना काही सापडेना. नेमकं उत्तर असं होतं : चौघांनी मोटार दुरुस्तीचं गॅरेज सुरू केलं होतं, ते एका बिल्डिंगच्या पाचव्या मजल्यावर! दुरुस्तीसाठी आणलेल्या मोटारी पाचव्या मजल्यावर कशा काय चढवणार? आता टॅक्सी. गिऱ्हाईक मिळावे म्हणून चौघेही टॅक्सीत बसून, मुंबईभर हिंडत होते. आता असा विचार करा— ज्या टॅक्सीत अगोदरच चार माणसं बसली आहेत, अशी टॅक्सी गिऱ्हाइकं हात दाखवून कशी थांबवणार?

आखाती देश म्हणजे, अरबस्तान, इराक, कुवेत, इराण, ओमान वगैरे देश. यातल्या एका मध्यवर्ती देशामध्ये एका मोठ्या अमेरिकन कंपनीनं साबणाचा मोठा कारखाना काढला. साबणाचं प्रचंड उत्पादन सुरू झालं. वार्षिक उलाढाल आपल्या पैशांत सांगायची म्हणजे, एक हजार कोटी रुपयांची होती. पुढं काय झालं, कुणास ठाऊक! साबणाचा खप कमी होत चालला. आठशे कोटी रुपयांवर आला. संचालक मंडळाची बैठक झाली. खप वाढवायला काय करावं, याविषयी चर्चा झाली. एक सर्वांत तरुण संचालक म्हणाला, "मला एक फँटास्टिक आयडिया सुचली आहे. काय करायचं— एका कागदावर साधं चित्र काढायचं. डावीकडे प्रथम एक मळलेला, डाग पडलेला शर्ट, मध्यभागी आपल्या साबणाची वडी आणि उजवीकडे बादलीतून दोन्ही हातांनी वर धरलेला पांढरा-पांढरा शुभ्र शर्ट. घाणेरडा शर्ट, आपला साबण आणि पांढरा शुभ्र शर्ट. ठळक तीनच चित्रं. बाकी काही नाही. झकास लाखो पोस्टर्स काढायची आणि सर्व मोठ्या शहरांत मध्यरात्रीनंतर चिकटवायची. एकेका शहरात शेकडो पोस्टर्स. सकाळी उठल्यावर माणसं आश्चर्यचकित होतील. ही मोहीम नक्की यशस्वी होईल."

सर्व संचालकांना ही फँटास्टिक आयडिया आवडली. हजारो पोस्टर्स तयार करून रातोरात अनेक शहारांतून चिकटवली गेली. आता फक्त साबणाचा खप वाढून मूळ स्थितीवर येणं, एवढी एकच गोष्ट बाकी होती. खप वाढण्याकडे कंपनीचे डोळे लागले. पण प्रकार उलटा झाला. साबणाचा खप झपाट्यानं कमी होत गेला. याचं सर्वेक्षण केल्यावर असं लक्षात आलं की, त्या पोस्टर्समुळे खपाची घसरगुंडी होत गेली. त्याचं कारण असं— त्या सर्व देशांची लिपी अरेबिक आणि फारसी आहे. या लिप्या उजवीकडून डावीकडे लिहिल्या जातात. त्यामुळे बहुतेक गोष्टी उजवीकडून डावीकडे बघण्याची पद्धत होती. हे पोस्टरसुद्धा असंच उजवीकडून डावीकडे बघितलं जात होतं. १) हा पांढरा शुभ्र शर्ट, २) या साबणानं धुतला की ३) इतका मळकट, घाणेरडा होतो. तर मग, असला साबण कशाला वापरा, म्हणून खप झपाट्यानं कमी झाला.

रोप-वे म्हणजे रज्जुमार्ग. खाली नदी, दरी आहे आणि या बाजूने पैलतीराला जायचं आहे. त्यासाठी भक्कम दोर, त्याला बांधलेला पाळणा आणि त्यात माणसं— असा प्रकार असतो. दोन्ही बाजूंना चालक असतात. एका प्रवाशानं चालकाला विचारले, ''चालू दोर तुम्ही कधी बदलता?'' तेव्हा चालकानं तत्परतेनं सांगितलं, ''सध्याचा दोर तुटला की ताबडतोब!''

जानकीबाई खरसुंडीकर या लेखिका म्हणून 'प्रसिद्ध' होत्या. कथांचा सुकाळ, दहा-बारा कादंबऱ्या, पाच-सहा नाटकं... विचारू नका. घरात बसल्या-बसल्या दुसरा उद्योग काय? 'मी कुणाची', 'घरसंसार', 'नाती-गोती', 'काळा गुलाब', 'पिकली पानं' वगैरे (हस्तलिखित) कादंबऱ्या; 'माझा नवरा-माझी बायको', 'नवरा : मिठी की मुठीत?', 'तूच माझा पती' वगैरे (हस्तलिखित) नाटकं वगैरे साहित्य-संभार त्यांनी निर्माण केल्यावर त्यांनी काल्पनिक आत्मवृत्तपर कादंबरी लिहिली. रम्य बालपण, तारुण्य, संसार, लेकी-सुना, वृद्धत्व या ठराविक टप्प्यांनी त्यांनी कादंबरी लिहिली. कादंबरीच्या शेवटच्या प्रकरणातील शेवटच्या - अगदी शेवटच्या तीन-चार ओळी अशा होत्या :

''तो आजार जीवघेणा होता. त्यातून बरी होईन, ही आशाच मी सोडली आणि झालंही तसंच. थोड्याच दिवसांत माझं निधन झालं.'' (ईश्वर मृताच्या आत्म्यास सद्गती देवो! ही केस निराळी आहे, म्हणून ईश्वरास विशेष प्रार्थना.)

चिरंजीव पिंटू— वय लहानच. पण चित्रकलेची आवड फार. आपल्या

कल्पनेप्रमाणे तो वंडरफुल चित्रं काढत असे. एका चित्रात त्यानं डाव्या बाजूला कॅलेंडरचं चित्रं काढून त्यावर 'मे' महिना असं लिहिलं. उजव्या बाजूला घड्याळात दुपारचे दोन वाजले आहेत. मध्यभागी रणरणत्या उन्हात सूर्य आहे. अशा कडाक्याच्या उन्हात सूर्याला सावली मिळावी म्हणून पिंटूनं सूर्याच्या डोक्यावर उघडलेल्या छत्रीचं चित्र काढलं. केवढी सूर्याची काळजी! तरी बरं, एक गोष्ट विसरला; नाही तर त्यानं सूर्याच्या तोंडाजवळ 'कोका-कोला'च्या बाटलीचं चित्र काढलं असतं! पिंटूनं एकदा नारळाच्या झाडाचं चित्र काढलं होतं. चित्र काढून झाल्यावर पिंटू त्या चित्राकडे बघत नुसताच बसून राहिला. पिंकी त्याचा मित्र - त्यानं विचारलं, "गप्प का बसलास?" पिंटू म्हणाला, "झाडावर नारळ काढायचे आहेत, म्हणून थांबलो." "काढ ना—" असं पिंकीनं सांगितल्यावर पिंटू पिंकीला म्हणाला, "पिंकी, तू म्याडच आहेस. खरोखरच नारळाचं झाड लावल्यावर लगेच त्या झाडावर नारळ येतात का? तसंच हे आहे. नारळाचं झाड मी आत्ताच तर काढलं आहे. थोडा वेळ जाऊ दे, मग मी या चित्रातल्या झाडावर नारळ काढणार आहे." बघा, पिंटू कसा थोर विचारवंत चित्रकार आहे!

सखाराम हा मालकाचा विश्वासू नोकर होता. दुकान उघडणं आणि बंद करणं, ही कामे सखाराम करत असे. मालक नंतर दुकानात येत असत. काही काम असेल तर मालक रात्री लवकर जात असत. दुकान बंद करून, सखाराम किल्ल्या मालकाच्या घरी ठेवत असे. असाच एके दिवशी सकाळी सखाराम दुकानाच्या किल्ल्या घेण्यासाठी मालकाच्या घरी गेला होता. सखारामच्या डाव्या हाताला बँडेज बांधलं होतं. ते पाहून मालकानं विचारलं, "काय रे सखाराम, हाताला काय झालं?"

"रात्री दुकान बंद करताना, शटर जोरात खाली आलं आणि हातावर पडलं."

"तरी बरं, डाव्या हातातवर पडलं; उजव्या हातावर नाही. उजवा हात कामाचा असतो."

"मालक, खरं म्हणजे उजव्या हातावरच शटर पडणार होतं. पण मी चलाखी करून उजवा हात मागे घेतला आणि लगेच डाव हात तिथं ठेवला. काही झालं तरी उजवा हात कामाचा हात असतो, हे ताबडतोब माझ्या लक्षात आलं, म्हणून मी डावा हात शटरखाली ठेवला."

सखारामचा हा अप्रतिम शहाणपणा पाहून मालक धन्य झाले.

□□□

## .५.

# कन्फेशन— अर्थात पापनिवेदन

पश्चात्ताप पावून परमेश्वराजवळ आपलं पापनिवेदन केलं की, नवजीवन प्राप्त होतं. हे पापनिवेदन म्हणजेच ख्रिस्ती धर्मामधलं कन्फेशन होय. प्रत्येक धर्मात दयाबुद्धीनं अशी सोय करून ठेवण्यात आली आहे. अशी सोय आपल्या धर्मातही आहे. प्रत्यक्ष श्रीकृष्णच अर्जुनाला सांगतात की, ''अहं त्वां सर्वपापेभ्यो मोक्षयिष्यामि मा शुच:'' बोला! प्रत्यक्ष परमेश्वरानंच श्रीकृष्णाच्या रूपानं गॅरंटी देऊन ठेवली आहे. (घरात गीता असेल तर अठराव्या अध्यायातील सहासष्टावा श्लोक, खालची ओळ पाहा. आणि, नाही पाहिलं तरी काही बिघडत नाही.) पश्चात्तापदग्ध झालात की, पापं माफ व्हायला लागतात. पश्चात्तापाची सोय नसती, तर फार मोठी पंचाईत होऊन बसली असती. पाप, महापाप, प्रचंड पाप राइट ऑफ करण्याची दुसरी कसलीच व्यवस्था उपलब्ध नाही. पश्चात्तापमुळे, पश्चात्तापपूर्व आयुष्यात कितीही पापं केली तरी एके दिवशी सर्व पापांचा एकत्रित (कन्सॉलिडेटेड) पश्चात्ताप व्यक्त केला, म्हणजे सर्व पापांतून मुक्तता होते. साधुसंतांनी जसं नाममाहात्म्य सांगून ठेवलं आहे, तसंच हे कन्फेशन माहात्म्य आहे. संत ज्ञानेश्वर म्हणतात, ''नाम संकीर्तन वैष्णवांची जोडी, पापे अनंत कोटी गेली त्याची।'' ज्ञानेश्वरमहाराज पुन्हा एकदा कोटीच्याच संख्येत सांगतात, ''नाममंत्र जप, कोटी जाईल पाप.'' तुकाराममहाराज म्हणतात, ''नाम घेता नुरे पाप ताप दैन्य.'' संत नामदेव म्हणतात, (नामस्मरण केलं असता) ''पाप होईल भग्न.'' यावरून नामाचा महिमा किती श्रेष्ठ आहे, हे कळून येईल. सर्व प्रकारच्या पापांवर ईश्वराचं नाम हाच एकमेव सुलभ उपाय आहे. त्याचप्रमाणे सर्व प्रकारच्या पापांवर कन्फेशन— अर्थात

पापनिवेदन— हाच फक्त यशस्वी होणारा उपाय आहे. साधुसंतांनी, प्रेषितांनी, अवतारी पुरुषांनी ही फार चांगली सोय करून ठेवली आहे. ही जी सोय आहे ना, ती एक एकदृष्ट्या अनिष्टही आहे. कारण कितीही पापं केली तरी पश्चात्तापदग्ध होऊन पापनिवेदन केलं, कन्फेशन केलं की, सर्व पापं एका झटक्यात माफ होतात; हे का एकदा माहीत झालं की; माणसं आयुष्यभर गडगंज पापंच पापं करतात. त्यामुळे उलट पापांनाच उत्तेजन मिळतं. तरीही एकदा जे ठरून गेलं, ते गेलं. कन्फेशन केलं की, पापविमोचन ही आता काळ्या दगडावरची रेघ होऊन बसली आहे.

आपल्या देशाला स्वातंत्र्य मिळून यंदा म्हणजे १९९७ मध्ये ५० वर्षे पूर्ण झाली आहेत. सुवर्णमहोत्सव धूमधडाक्यानं साजरा झाला. या पन्नास वर्षांमध्ये प्रत्येक क्षेत्रात एवढं प्रचंड पाप निर्माण झालं आहे की, सर्वांना नरकात समाविष्ट करून घेणंही अशक्य होऊन बसलं आहे. नरकाचा एरिया आहे त्यापेक्षा वाढवणंही शक्य नाही, केवळ या अडचणीमुळे पृथ्वीवरच्या पापीजनांना नरकाची भीतीसुद्धा उरली नाही. त्यामुळे आणखी पापं करायला ते मोकाट सुटले. पुन्हा पापांचे डोंगर वाढू लागले. यातून काही ना काही तरी उपाय शोधून काढणे आवश्यक होऊन बसलं. हजारो लोकांनी कोट्यवधी रुपयांचा इन्कम टॅक्स चुकवला की, शेवटी नेहमीचे कडक कायदे गुंडाळून ठेवून, सवलतीची आमिषं दाखवून, एवढे पैसे कुठून आणले, असं अजिबात विचारणार नाही, असं आश्वासन देऊन, दादापुता करून, तुंबलेला इन्कम टॅक्स भरा, अशी वर्तमानपत्रांत पानभर जाहिरात करून सांगावं लागतं; तेव्हा कुठं थोडीफार वसुली होण्याची शक्यता असते.

हेच तंत्र वापरून महापापी लोकांना त्यांची पापकर्मं सांगायला लावायची आणि त्यात कितपत सवलत देता येते ते पाहायचं, असं स्वत: परमेश्वरानंच ठरवलं. पापकर्मं आवाक्याबाहेर वाढली. त्यात दररोज सतत प्रचंड भर पडत होती. मानवी इन्कम टॅक्सचं तंत्र काही प्रमाणात वापरण्याचं परमेश्वरानं ठरवलं. ज्या देशात ऋषी-मुनी, आदर्श राजे-महाराजे, बहुसंख्य साधू-संत आणि हजारो-लाखो सर्वसामान्य सज्जन होऊन गेले; त्या देशात (म्हणजे या देशात. आणखी कुठला तो देश?) आज जिकडे-तिकडे पापच पाप झालं आहे. परमेश्वरानं सर्व पाप (जे सध्या कमालीच्या बाहेर वाढलं आहे) राइट ऑफ करून टाकण्याचं ठरवलं. त्यासाठी कन्फेशन तंत्राचा उपयोग पापी लोकांनी करावा, अशी योजना परमेश्वरानं आखली. त्याचा तपशील तयार केला.

परमेश्वरानं एक दिवस फिक्स केला. त्या दिवशी रात्री, या महन्मंगल परमपवित्र देशातील असंख्य मोठमोठ्या लोकांच्या स्वप्नात जायचं आणि त्यांना

स्वप्नात दर्शन द्यायचं. साक्षात्कार म्हणतात ना, तोच. "वत्सा ऊठ", असं म्हणायचं. म्हणजे तो 'वत्स' झोपेतल्या स्वप्नातून जागा होईल आणि झोपेतल्या जागेपणी परमेश्वराकडे पाहील. मग परमेश्वर म्हणेल, "मी अनंतकोटी ब्रह्मांडनायक, अनादि अनंत, सर्वव्यापी, सर्वज्ञ वगैरे वगैरे म्हणतात ना, असा जो परमेश्वर— तो मी आहे. मी जनरली सहसा कुठं जात नसतो. पण तू प्रचंड पापं करून ठेवली आहेस, त्यासाठी मुद्दाम येणं भाग पडलं. नरकामध्ये पापी लोकांना आता इंचभर— दशमान पद्धतीप्रमाणे सुमारे अडीच सेंटिमीटरसुद्धा जागा उरली नाही. म्हणून तुझी पापं माफ करण्याचं मी ठरवलं आहे. अति झाल्यावर मी तरी काय करणार? काही तरी उपाय काढलाच पाहिजे." असं प्रास्ताविक करून परमेश्वर पुढं म्हणेल,

"पूर्वीपासूनच पापमुक्त होण्याची एक सोय करून ठेवण्यात आली आहे. याच सोईचा फायदा तुला देण्यात येईल. तू काय करायचं आहे, ते मी तुला सांगतो. नीट ऐक. एक मोठा कागद घे. पापं फारच असतील, तर दोन-तीन फुलस्केप कागद घे. त्यावर तुझं संपूर्ण नाव लिही. दिनांक लिही. नंतर त्याखाली, असं लिही, 'परमेश्वरास पापनिवेदनपत्र'— कंसात कन्फेशन— असंही लिही. एवढं लिहून झाल्यावर तू काय कर, प्रत्यक्ष पापांचा कबुलीजबाब सुरू कर.

"मी— तुझं संपूर्ण नाव— अनंतकोटी ब्रह्मांडनायक परमेश्वरास खालीलप्रमाणे पापनिवेदन अर्थात कन्फेशन अर्थात कबुलीजबाब स्वत:च्या हस्ताक्षरात, शंभर टक्के प्रामाणिकपणे, काहीही लपवून न ठेवता लिहून सादर करीत आहे. हे सर्वव्यापी, सर्वज्ञ परमेश्वरा, मी तुझ्यापासून काहीही लपवून ठेवूच शकत नाही. कारण तू सर्वज्ञ आहेस, हे चराचर विश्वाच्या स्वामी, मी माझी सर्व पापं लिहीत आहे. केलेल्या सर्व पापांचा मला अत्यंत पश्चात्ताप होत आहे. म्हणून तुझ्या आदेशाप्रमाणे हे पापनिवेदनपत्र तुझ्याकडे सादर करीत आहे. हे दयाघन परमेश्वरा, तू मला सर्व पापांतून आणि पापजन्य अनेक भानगडी, लफडी, कुलंगडी, भ्रष्टाचार, खून, दरोडे, अफरातफर, बलात्कार यापैकी मी जे-जे काही केले असेल किंवा सर्वच केलं असेल, तर किंवा माझा त्यात प्रत्यक्ष वा अप्रत्यक्ष हात असेल तर; हे परमेश्वरा, मी त्या सर्व गोष्टींबद्दल पश्चात्ताप व्यक्त करतो. परमेश्वरा, माझी सर्व पापांतून सहिसलामत मुक्तता कर. माझी सर्व पापकृत्यं खाली माझ्या स्वत:च्या हस्ताक्षरात लिहीत आहे—" एवढं लांबलचक सांगून झाल्यावर परमेश्वर पुढं म्हणेल, "तुझी पापांची यादी लिहून झाल्यावर त्याखाली 'वरील पापांचा जनक' असं लिहून त्याखाली तुझी सही कर. सहीखाली कंसात सुवाच्य अक्षरात तुझं संपूर्ण नाव लिही. त्यानंतर स्नान करून शुचिर्भूत हो. तुझ्या घरात तुझी जी कुलदेवता, देव, स्वामिमहाराज, गुरुमहाराज यांची प्रतिमा यापैकी जे काही असेल,

त्यांच्यापुढं मांडी घालून बैस. नमस्कार कर. त्यानंतर सुस्पष्ट आवाजात पापनिवेदनपत्राचं वाचन कर आणि वाचन पूर्ण झाल्यावर मला उद्देशून, 'रक्ष रक्ष परमेश्वर' असं त्रिवार म्हण.''

एवढं सांगून झाल्यावर परमेश्वर सर्व पापीजनांच्या स्वप्नातून एकाच वेळी अदृश्य होईल. प्रत्येक पापी उठला की, परमेश्वरानं स्वप्नात जे-जे सांगितलं त्याप्रमाणे करू लागेल. त्याप्रमाणे लक्षात ठेवण्याची स्मरणशक्ती देऊनच परमेश्वर अंतर्धान पावेल. ठरल्याप्रमाणे सगळं घडणार होतं. परमेश्वरी योजनाच होती ती.

परमेश्वरानं एकाच रात्री सर्व पापीजनांच्या स्वप्नात एकाच वेळी, आता सांगितल्याप्रमाणे सर्व काही प्रत्यक्ष केलं आणि सर्वांच्या स्वप्नातून एकाच वेळी अंतर्धान पावला. सकाळी सर्व पापीजन झोपेतून उठले. सर्वांनाच रात्री इन्कम टॅक्स माफ किंवा माफक व्हावा, संपूर्ण शेतसारा माफ व्हावा, आत्मरक्षणासाठी खून केला म्हणून फाशी रद्द होऊन निर्दोष मुक्तता व्हावी— अशा प्रकारचा आनंद सर्वांना झाला. आता आपल्यामागं राज्याच्या सी. आय. डी. चं किंवा केंद्रीय सी. बी. आय.चं झेंगट लागणार नाही, याचा सर्वांना अनुक्रमे अप्रतिम आणि अद्वितीय आनंद झाला. नाना प्रकारच्या भानगडीत आकंठ बुडलेल्या पापीजनांनी लगेच आपल्या भानगडींची यादीच पापनिवेदनपत्रात लिहिली.

आता परमेश्वरी आदेशाप्रमाणे प्रत्येक जण आपापलं पापनिवेदनपत्र मोठ्यानं, सुस्पष्ट आवाजात वाचू लागला. त्यांतलीच काही निवडक पापनिवेदनपत्रं इथं सादर करत आहे. त्या 'बिचाऱ्यां'ना शरमल्यासारखं वाटू नये, म्हणून प्रत्येक कन्फेशनच्या प्रारंभी मी आणि संपूर्ण नाव आहे, त्याऐवजी ''मी अमुक अमुक अमुक, पापनिवेदनपत्र परमेश्वरास सादर करत आहे'', असं नाव वगळून ते देत आहे. अनंतकोटी वगैरे सर्व आहे, असं समजा.

* * *

मी, अमुक अमुक अमुक, परमेश्वरास पापनिवेदनपत्र सादर करत आहे.

मी प्रथम सोशल वर्कर बनून सार्वजनिक कार्याचा श्री गणेशा केला. श्री गणेशा म्हणजे, गणेशोत्सवाची वर्गणी गोळा करण्याचा व्यवसाय सुरू केला. अमुक रुपये वर्गणी दिलीच पाहिजे, देवाचं काम आहे, नाही म्हणायचं काम नाही, असा दम देऊन पहिल्याच वर्षी मी एकट्यानंच दहा हजार रुपये वर्गणी गोळा केली. तीन हजार रुपये उत्सव मंडळाला दिले; सात हजार रुपये मी हडप केले. ते पैसे दिवाळीपर्यंत पुरले. मग दिवाळी फंडाची स्कीम काढली. ''या दिवाळीला

एक हजार रुपये द्या आणि पुढल्या दिवाळीला रोख दोन हजार रुपये घेऊन जा. तुम्हाला येणं शक्य नसेल, तर पत्ता देऊन ठेवा. मी स्वत: तुमच्या घरी येऊन दोन हजार रुपये देईन. पाच हजारांपेक्षा जास्त रकमासुद्धा चालतील. दिलेल्या रकमेला दोननं गुणणं, एवढंच तुमचं काम.'' माझी ही दामदुप्पट स्कीम स्वत:ला बुद्धिमान, बुद्धिवादी, बुद्धिजीवी समजणाऱ्या मध्यमवर्गीयांत भलतीच लोकप्रिय झाली. विशेषत: महिलांना फार आवडली. प्रमिलाबाई, विमलाबाई, कमलाबाई, नलूताई, मालूताई, शालूताई नोटांची बंडलं घेऊन रांगेत उभ्या राहिल्या. सर्वांना बोगस पावत्या दामदुपटीच्या बोगस गॅरेंटीसह दिल्या. पुढल्या दिवाळीला ऑफीसच्या नावाची पाटीच बदलली. मी सर्वांना सांगितलं, ''मी साधा नोकर होतो. मालक दसऱ्यादिवशीच पळून गेला. आता मी या कंपनीत नोकर म्हणून काम करतो.''

मध्यमवर्गीय बुद्धिवादी माणसं तोंडानं बडबड-बडबड-बडबड करतात. यापेक्षा ते आपलं काहीही वाकडं करू शकणार नाहीत याची मला पक्की खात्री होती. कारण ही जमात नेभळट असते. फक्त तोंडाची वाफ दवडण्यात, लेक्चरबाजी करण्यात एक्सपर्ट. या दिवाळीत-दामदुप्पट फंडातून आमदारकीचं तिकीट मिळवण्याइतके पैसे मिळाले होते; पण बाकीच्या पब्लिकचं काही सांगता येत नाही. पडलो म्हणजे पुन्हा बेकार होणार. म्हणून मी जमवलेले पैसे मोठ्या मंत्र्याला देऊन दोन पेट्रोलपंप आणि दोन गॅस एजन्सी मिळवल्या आहेत. दोन्ही धंदे जोरात चालले होते. पेट्रोलमध्ये रॉकेल आणि पाणी मिसळून विकत होतो. गॅसच्या नवीन ग्राहकानं दहा हजार रुपये दिले, तरच तो मिळेल, अशी छुपी अट घातली. पेट्रोलपंप म्हणजे कल्पवृक्ष आणि गॅस एजन्सी म्हणजे कामधेनू, असंच झालं. धो-धो-धो पैसे येत होते. इन्कम टॅक्स प्रचंड बुडवला. तो बुडवणं पचवलं. कारण तिथल्या साहेबाला रेग्युलर हप्ता जात होता. मी खूप श्रीमंत झालो. त्यामुळे अनेक लहान-मोठ्या भानगडी मी सहज पचवू शकलो. काही दिवस स्मगलिंग केलं. पण या धंद्यात रिस्क फार. म्हणून डायरेक्ट स्मगलिंग न करता, स्मगलिंगचा माल विकत घेऊन तो वाटेल त्या किमतीला विकला. 'इंपोर्टेड' या शब्दाचं लोकांना फार आकर्षण असल्यामुळे माझ्याकडचा स्मगलिंगचा माल हां-हां म्हणता खपत असे.

परमेश्वरा, यातल्या एकाही गुन्ह्याची कुठंही नोंद नाही. कारण सगळीकडे चोख हप्ते जात होते. या सर्व गोष्टी कुणालाही माहीत नव्हत्या. तू सर्वज्ञ असल्यामुळे तुला मात्र माहीत असणारच. खरं म्हणजे, हे कन्फेशन लिहून देण्याचंही कारण नाही. कारण तू सर्वज्ञ असल्यामुळे तुला सर्व काही माहीतच आहे. केवळ तू, कागदावर लिहून वाच, असं सांगून ठेवल्यामुळे हा खटाटोप करत आहे. परमेश्वरा, तू सर्वव्यापी आहेस, सर्वज्ञ आहेस, तू संपूर्ण विश्वाचा एकमेव मालक आहेस; या

सगळ्या गोष्टी मला मान्य आहेत. परंतु माझ्या दृष्टीने सर्वांत महत्त्वाची गोष्ट म्हणजे, तू परम दयाळू आहेस. तुझा हा स्वभाव मात्र मला फारच आवडला. परमेश्वरा, मला सर्व पापांतून मुक्त करणं केवळ तुझ्याच हातात आहे. माझी सर्व पापं माफ कर. तुझ्या दयायुक्त माफीची चातकाप्रमाणे वाट पाहणारा,

**अमुक अमुक अमुक**

* * *

मी, अमुक अमुक, अमुक, परमेश्वरास पापनिवेदनपत्र सादर करत आहे.

मी स्त्रियांच्या भानगडींचा स्पेशालिस्ट आहे. मी लहान होतो तेव्हापासूनच मला हे आकर्षण होतं. कुणाला पैशांत इंटरेस्ट असतो, कुणाला सत्तेमध्ये इंटरेस्ट असतो, कुणा बावळट माणसांना सभ्य-सुसंस्कृत असण्यात इंटरेस्ट असतो. प्रत्येकाचा स्वभाव निराळा असतो. 'पिंडे पिंडे मतिर्भिन्ना', असं म्हटलेलंच आहे. एक मुंडे— त्यांना राजकारणात इंटरेस्ट आहे, तर दुसरे मुंडे— त्यांना शेतीभातीत इंटरेस्ट आहे. इथं मात्र, 'मुंडे मुंडे मतिर्भिन्ना' असा सोईस्कर बदल करावा लागेल. परमेश्वरा, तूच मला माझ्या लहान वयात असली बुद्धी दिलीस.

मी प्राथमिक शाळेत शिकत होतो. मला वाटतं, त्या वेळी मी दुसरीत होतो. आम्हाला इयत्ता 'दुसरी ब'वर शिकवायला ज्या बाई होत्या, त्यांचं नाव मीनल मोगरे होतं. असेल वीसएक वर्षांची. पण दिसायला हल्लीच्या माधुरी दीक्षितपेक्षाही उजवी होती. मास्तरकी करायला का आली, हे कळत नव्हतं. एकटक तिच्याकडे बघत राहावं, असं वाटायचं. तसलं काही कळण्याचं ('ळ' ऐवजी 'र' पाठभेद कदाचित चालेल) वय नव्हतं; पण तूच बुद्धी दिल्यामुळे मी मनानं जरा लवकरच वयात आलो होतो, असं म्हटलं तरी चालेल. एके दिवशी बाईंनी आपल्या गालांना नेहमीप्रमाणे खळ्या पाडत, मधाळ स्मित करत आम्हा विद्यार्थ्यांना विचारलं, "मुलांनो, तुम्ही मोठे झाल्यावर कोण व्हावं, असं तुम्हाला वाटतं?" तेव्हा प्रत्येक मुलगा त्या-त्या बालवयात जे वाटत होतं, ते सांगत होता. एक जण म्हणाला, रिक्षावाला होणार आहे." (आमच्या लहानपणी टांगेवाला होण्याचं स्वप्न प्रचलित होतं.) दुसरा म्हणाला, "मी एस.टी.चा ड्रायव्हर होणार आहे." तिसरा म्हणाला, "मी स्टेशनवर टी.सी. होणार आहे." अशा प्रकारे कुणी सुतार, गोळ्या-चॉकलेटचा दुकानदार, सिनेमा थिएटरचा डोअर कीपर वगैरे होणार असल्याचं सांगितलं. बाईंनी मला विचारलं, "अन् काय रे, तुला कोण व्हावं असं वाटतं?" तेव्हा बाईंच्याकडे पाहत म्हणालो, "मला फक्त लवकर लवकर मोठा व्हावं, एवढंच

वाटतं.'' हे माझं उत्तर ऐकून बाई लाजल्या आणि म्हणाल्या, ''चावट कुठला!'' परमेश्वरा, यात माझं काय चुकलं? बाईंना सुंदर करणाराही तूच आणि अल्पवयातच मला वयात आणणाराही तूच.

माझा हा छंद पुढं वाढत चालला. मध्येच मला एक गुरू भेटला. बनारसवाला गुरू होता. म्हणून त्याच्या नावासहितच त्यानं कोणता सदुपदेश मला केला होता, ते सांगतो. हमारे बनारसवाले गुरू ने कहा था, ''बेटा, रास्ते से जानेवाली लडकी को छेडो मत और छोडो मत!'' गुरूनं केलेला हा सदुपदेश लाखमोलाचा होता. मी हा सदुपदेश कृतीत आणण्याचं ठरवलं. काही झालं तरी बनारसवाल्या गुरूनं केलेला हा उपदेश होता. हळूहळू या व्यवसायात बस्तान बसू लागलं. कोण कशी आहे, याचा अंदाज येऊ लागला. कधी कधी अंदाज चुकायचा. पुढं मी मोठा झालो. त्यातल्याच एका मुलीशी लग्न झालं. पण सवयी काही सुटत नव्हत्या. परमेश्वरा, मी हे आता कन्फेशनच सादर करत आहे. काही लपवून ठेवताच येणार नाही. लपवलं तरी तू सर्वज्ञ आहेस. माझा कान पकडून मला विचारशील, ''अमुक अमुक भानगड का लपवलीस? कन्फेशनला लपवाछपवी चालणार नाही.''

ज्यांच्याशी माझे संबंध होते, त्या सर्व मुलींची लग्नं होऊन त्या गृहिणी, माता वगैरेही झाल्या. तरीही 'प्रेमळ' संबंध सुरूच होते. याचा सुगावा त्या दहा जणींपैकी एकीच्या नवऱ्याला लागला. त्यानं सरळ एक धमकीचं पत्रच पाठवलं. त्या पत्रात त्यानं मला असा सज्जड दम हाणला होता की, 'तू माझ्या बायकोशी असलेले घाणेरडे संबंध ताबडतोब तोडले नाहीस तर, मी तुझा खून करीन.' एकदम जीवावरच बेतलं. मी काळजीत पडलो. माझ्या मित्रानं काळजीचं कारण विचारलं, तेव्हा मी ते धमकीचं पत्र त्याला दाखवलं. मित्र मला सल्ला देत म्हणाला, ''हात् तिच्या! एवढंच ना? अरे, सोडून दे त्याच्या बायकोशी असलेले संबंध. प्राणापेक्षा ती बाई काही मोठी नाही. माझा सल्ला ऐक.''

''सल्ला ठीक आहे रे, पण एक मोठी अडचण आहे.'' मी म्हणालो, ''मला आलेलं पत्र निनावी आहे. त्यामुळे हे पत्र कोणत्या बाईच्या नवऱ्यानं लिहिलं आहे, हे कळणं कठीण आहे. मी दहा जणींपैकी कोणत्या बाईशी संबंध तोडू, हेच कळत नाही.''

''मित्रा, सगळेच संबंध तोडून टाक.'' मित्रानं सल्ला दिला. तेव्हा मी त्याआधी मला आलेलं आणखी एक पत्र मित्राला दाखवलं, ''माझा नवरा मला अजिबात आवडत नाही. तूच माझ्याशी लग्न कर. नुसतंच प्रेम करायचं, पण लग्न मात्र टाळायचं, असं करू नकोस. लग्न करायचं टाळलंस, तर मी वैफल्यग्रस्त होऊन तुझा अचानकपणे खून करीन.''

"आयला!" मित्र म्हणाला, "जीवावरच बेतलं असेल तर करून टाक तिच्याशी लग्न."

"मित्रा, पत्राच्या खाली सही वगैरे काही आहे का, बघ. हे पत्रही निनावीच आहे. दहा जणींपैकी कुणाशी लग्न करू? मी आणखी नऊ जणींवर प्रेम करत आहे, हे उरलेल्या प्रत्येक स्त्रीला अजिबात माहीत नव्हतं. सगळं टाइमटेबल चोख आखलं होतं. पुन्हा पंचाईत झाली. नेमकी कोणती स्त्री वैफल्यग्रस्त होऊन माझा खून करणार आहे याचा काहीच अंदाज येईना."

"भलतीच भानगड होऊन बसली आहे!" मित्र म्हणाला, "तुझे हे उद्योग, घरात तुझ्या बायकोला माहीत आहेत काय?"

"अरे, ती महाचतुर आहे. लग्न झाल्यापासून ती माझ्यावर बारीक नजर ठेवून असते. तिला माझ्याबद्दल संशय वाटतो. मी एकसारखा बाहेर-बाहेरच असतो. म्हणजेच, माझ्या जुन्या भानगडीच अजून सुरू असाव्यात, असा तिला दाट संशय येतो. तिचं-माझं लग्नही असल्याच प्रकारातून झालं आहे."

"बरं, तिचं म्हणणं काय आहे?" मित्रानं विचारलं.

मी आणखी एक पत्र मित्राच्या हातात दिलं. हे पत्र खुद्द बायकोनंच मला लिहिलं होतं. त्या पत्रात मला उद्देशून असं लिहिलं होतं की, 'मी तुमच्या पाळतीवर राहून सर्व गोष्टींचा छडा लावला आहे. घरात मी सोन्यासारखी बायको असताना तुम्ही दहा विवाहित स्त्रियांकडे निरनिराळ्या दिवशी, निरनिराळ्या वेळी शेण खायला जात असता. लग्न झाल्यावर तरी तुम्ही जंटलमन व्हाल, अशा अपेक्षेनं मी तुमच्याशी लग्न केलं होतं; पण तुमची शेण खायची ठिकाणं वाढतच चालली आहेत. मी वैतागले आहे. मी घटस्फोट तरी घेईन किंवा आत्महत्या तरी करीन. त्यातल्या त्यात जे योग्य वाटेल ते, योग्य वेळी करीन. तुमची (?) पस्तावलेली भावी घटस्फोटिता/कै. (जे आधी होईल ते.)'

"वहिनीनं भलताच तिढा निर्माण करून ठेवला आहे." मित्र म्हणाला, "तू काय कर, घटस्फोट घेऊन टाक ना. तेच सोईचं आहे. आत्महत्या केली, तर तिच्या आत्महत्येला तू कारणीभूत ठरून दफा ३०२ खाली फाशी जाशील."

"वत्सा, मित्रा, त्यात आणखी एक त्रांगडं आहे." मी म्हणालो, "हे माझ्या धाकट्या अविवाहित मेहुणीचं पत्र आहे. तिनंही मला खिंडीतच गाठलं आहे. ती या पत्रात म्हणते, 'भावोजी, लौक्कर काय करायचं ते करा. आता तिसरा महिनाही संपत आला. लौकरच बाहेर हिंडणं-फिरणं अशक्य होईल. ताईनं तुम्हाला उद्देशून लिहिलेलं पत्र तिनं तिच्या पर्समध्ये ठेवलं होतं. ती अंघोळीला गेली होती, तेव्हा मी ते पत्र चोरून वाचलं होतं. ती घटस्फोट घेणार म्हणते किंवा आत्महत्या करणार

म्हणते; यातलं एक काही तरी नक्की करणार आहे, असं एकंदरीत दिसतं. भावोजी, ताबडतोब घटस्फोट घ्या. मग आपण दोघे जण गुपचूप रजिस्टर पद्धतीनं लग्न करू. मग 'दिवस' किती का जाईनात! तुम्ही कुंकवाला आधार व्हा. समजा, ताईनं आयत्या वेळी बेत बदलून आत्महत्याच केली तर, फार उशीर न लावता, चौथा महिना संपायच्या आत लग्न करा.''

हे पत्र वाचून झाल्यावर मित्र कपाळावर हात मारून घेऊन म्हणाला, ''एवढ्या भानगडी निस्तरणं मानवी शक्तीच्या बाहेरचं काम आहे. परमेश्वरच तुझं रक्षण करो!''

परमेश्वरा, नेमक्या याच वेळी तू स्वप्नात येऊन मला कन्फेशन की, पापनिवेदनपत्र भरून सबमिट करायला सांगितलंस. तुझी ही पापमाफीची स्कीम नेमकी पाहिजे त्याच वेळी आली आहे. परमेश्वरा, शेवटी तुलाच माझी काळजी आहे. मी आता जे पापनिवेदनपत्र सादर केलं आहे, हे संपूर्ण सत्य आहे. सत्याशिवाय यात दुसरं काहीसुद्धा नाही. काहीही लपवून ठेवलेलं नाही. हे कृपाळू, दयाळू, कनवाळू, मायाळू परमेश्वरा, माझ्यासाठी तू खालील चार गोष्टी कर, अशी आग्रहाची नम्र प्रार्थना आहे.

१) तो जो 'माझा खून करीन', अशी निनावी पत्र पाठवून धमकी देणारा नवरा आहे ना, त्याच्या डोक्यातून खुनाचे विचार काढून टाक.

२) 'माझ्याशी लग्न नाही केलंस तर खून करीन', अशी धमकी देणारी ती जी आहे ना, तिच्या डोक्यातूनही खुनाची कल्पना अजिबात काढून टाक.

३) माझ्या बायकोच्या डोक्यातून घटस्फोट आणि आत्महत्येचे यांचे विचार काढून टाक.

४) माझ्या मेहुणीला चौथा महिना लागणार आहे, असं ती म्हणते. काही तरी आयडिया करून तिचं ॲबॉर्शन करून टाक.

या चार गोष्टी तू केल्यास की, तू मला माझ्या पापांची माफी केलीस, असा त्याचा अर्थ होईल. परमेश्वरा, मी कन्फेशन तर केलं आहेच. माझ्या नावावरची सगळीच्या सगळी पापं रद्द करून टाक आणि माझं पुढील जीवन कोरं करकरीत कर, एवढीच नम्र प्रार्थना आहे.

**तुझा,**

**अमुक अमुक अमुक**

* * *

परमेश्वरानं कन्फेशन अर्थात पापनिवेदन स्कीम काढल्याबरोबर पापी माणसं आपली अनेक लफडी कशी फटाफट सांगू लागली, याचा हा एक उत्तम नमुना आहे.

मी, अमुक अमुक अमुक, परमेश्वरास पापनिवेदनपत्र सादर करत आहे :

मी शिक्षणक्षेत्रात प्राध्यापक आहे. खरं म्हणजे हे खातं पवित्र आहे, परंतु हल्लीच्या दिवसांत पवित्र वगैरे राहून चालत नाही. स्वातंत्र्यपूर्वकाळात टिळक-आगरकर, फुले-भाऊराव पाटील यांच्या वेळी ते ठीक होतं. ते पारतंत्र्याचे दिवस होते. शिक्षणक्षेत्रामध्ये राहूनही खूप पैसे नाना मार्गांनी मिळवता येतात, हे कुणाला सुचूच शकत नव्हतं. पारतंत्र्यामुळे एक प्रकारची बौद्धिक मुस्कटदाबीच होत होती. जास्त पैसे कमावणं सोडाच, पण अधिकृत पगारसुद्धा ते पूर्ण घेत नसत. तत्त्वनिष्ठा, ध्येयनिष्ठा, सत्यनिष्ठा अशा डझनभर निष्ठांच्या जंजाळात ही चांगली-चांगली माणसं अडकून पडल्यामुळे त्यांच्यापैकी कुणीही श्रीमंत होऊ शकले नाही.

आपला महन्मंगल देश १९४७ मध्ये स्वतंत्र झाला. आपण म्हणजे, आम्ही म्हणजे, 'वुई दि पीपल ऑफ इंडिया, हॅविंग सॉलेम्ली रिझॉल्व्हड टु कॉन्स्टिटट्यूट इंडिया इंटु ए सॉव्हरिन डेमॉक्रटिक रिपब्लिक' वगैरे वगैरे घटनेच्या संविधानात म्हटलेलं आहे ना, असे आम्ही आता, 'जस्टिस, लिबर्टी, इक्वालिटी, फ्रॅटर्निटी' वगैरे वगैरे करायला सिद्ध झालो आहोत.

प्रत्येक गोष्टीचा आता आम्ही स्वतंत्रपणे विचार करू लागलो. जस्टिस म्हणजे न्याय. आमच्या बाजूनं निकाल लागतो, त्याला न्याय म्हणतात. लिबर्टी म्हणजे काहीही करण्याचं स्वातंत्र्य (याला स्वैर वर्तन म्हणणं चूक आहे.). स्वातंत्र्याला व्यापक अर्थ आहे. इक्वालिटी म्हणजे सगळे सारखेच, ही भावना. फ्रॅटर्निटी म्हणजे बंधुभाव. या सर्वांना स्वातंत्र्योत्तरकाळात नवीन अर्थ प्राप्त झाला आहे. या नवीन अर्थाप्रमाणे, 'वुई दि पीपल ऑफ इंडिया' वागत असतो. मुख्य म्हणजे, शतकानुशतकं चालत आलेली जुनाट जीवनमूल्यं आम्ही स्वातंत्र्योत्तरकाळात मोडीत काढली आहेत. नवीन मूल्यं निर्माण केली आहेत. असत्य हेच सत्य, भ्रष्टाचार हाच सदाचार, अन्याय म्हणजेच न्याय, अनीती म्हणजेच नीती, दरोडा म्हणजे संपत्तीचं स्थलांतर, बलत्कार म्हणजे मानवाच्या नैसर्गिक भावनेचा उद्रेक— अशी किती तरी नवीन मूल्यं, मूळ मूल्यांचं रूपांतर केल्यामुळे करता आली. आपल्या देश शेकडो वर्षं पारतंत्र्यात असल्यामुळे परकीय सत्तेच्या काळात या नवीन मूल्यांची निर्मितीच होणं शक्य नाही. (परमेश्वरच बेल वाजवतो.)

हे असं होतं बघ परमेश्वरा. मी व्यवसायानं प्राध्यापक असल्यामुळे लेक्चर

द्यायची सवयच लागली आहे. बेल झाली की, जीभ आपोआप लॉक होते. हे परमेश्वरा, मी तसा निरीश्वरवादी आहे. तू आहेस यावर माझा विश्वास नाही. मी एवढा कडक निरीश्वरवादी आहे की, तू स्वत: माझ्यापुढं साकार होऊन म्हणालास की, ''मी आहे!'' तरीही मी तुलासुद्धा ठणकावून सांगेन की, ''तू नाहीस!'' मग मात्र तुला देखील नाइलाजानं 'नसणं'च भाग पडेल. आम्ही निरीश्वरवादी माणसं असतो ना, तर्कनिष्ठ विचार करण्यात फार निष्णात असतो. या तर्कनिष्ठ विचारप्रणालीप्रमाणे 'तू नाहीस', मग तू 'असून'सुद्धा 'नाहीसच', हे पक्कं लक्षात ठेव.

पण त्याचं काय आहे परमेश्वरा, तू माझ्या स्वप्नामध्ये येऊन साक्षात्कार केलास. माझ्या सर्व पापांना माफी देण्यासाठी तू मला कन्फेशन अर्थात पापनिवेदनपत्र लिहून मागितलं आहेस. असं पापनिवेदनपत्र तुला सादर केलं की, तू माझी सर्व, एकूण एक पापं रद्द करून टाकणार आहेस. परमेश्वरा, तुझा हा निर्णय खरंच उत्तम आहे. सर्व पापांतून मुक्त होण्यासाठी, माझी निरीश्वरवादी विचारप्रणाली गुंडाळून ठेवतो. ती तथाकथित तर्कनिष्ठ विचारप्रणाली पूर्णपणे चुकीची आहे, हे मी मान्य करतो. सर्व पापांतून माझी मुक्तता करणारा परमेश्वर 'नाही', असं कोणत्या तोंडानं म्हणू? शेवटी तू 'आहेस', हेच खरं सत्य आहे. माझी अनेक पापं आहेत. त्या सर्वांचा तपशील द्यायला तू सांगितलं आहेस. सर्व पापं या पापनिवेदनपत्रात देत आहे. तुझ्यापासून मी काहीही लपवून ठेवू शकत नाही. महत्त्वाची पापं आधी सांगतो.

हे दयाघन परमेश्वरा, मी पेपर-सेटर आहे. प्रश्नपत्रिका मी गुप्तपणे काढतो; गुप्तता बाळगून विद्यापीठाच्या संबंधित अधिकाऱ्याकडे पोहोचत्या करतो. 'गुप्तता बाळगा', असा आदेशच दिलेला असतो. म्हणून नंतर पेपर आधीच फोडण्याचं कामही मी गुप्तपणे वर्षांनुवर्षं करत आलो आहे. कोणत्या वर्षाचा विद्यार्थी आहे याप्रमाणे माझे पेपर फोडण्याचे रेट्स ठरलेले आहेत. सगळे रेट्स चार आकडी रुपयांमध्ये आहेत. निरनिराळ्या विषयांच्या प्राध्यापकांचं आम्ही एक सिंडिकेट (रॅकेटच! सिंडिकेट कसलं?) बनवलं आहे. 'एकमेका साह्य करू, अवघे (विद्यार्थीही अंतर्भूत) धरू सुपंथ' या बोधवचनास आदर्श मानून आमचं 'समयपूर्व प्रश्नपत्रिका-प्रकटन कार्य' सुरू असतं. हे पाप नसून विद्यार्थ्यांची परीक्षासागरातून (चाल : 'भवसागरातून'ची) मुक्तता करण्याचं पुण्यकार्य आहे.

परमेश्वरा, विद्यापीठाचे प्रामाणिक अधिकारी आणि मी यांच्यात पाप अन् पुण्य या शब्दांविषयी तात्त्विक व कायदेशीर मतभेद निर्माण होऊन त्यांनी मला पापी अर्थात दोषी ठरवलं आहे. त्यातल्याच काही 'सभ्यता-प्लेटेड' (चाल :

सिल्व्हर प्लेटेड, गोल्ड प्लेटेड) अधिकाऱ्यांना गाठून, त्यांना 'त्वयार्धं मयार्धं च मा विघ्नं कुरू पंडित'ची ऑफर दिल्यामुळे त्यांनी माझी निर्दोष म्हणून मुक्तता केली. परंतु पापाचं काय? परमेश्वरा, लाच देऊन माझी सुटका करून घेतल्यामुळे माझं पाप चित्रगुप्ताच्या रजिस्टरमध्ये एकदम दामदुप्पट होऊन बसलं आहे. परमेश्वरा, हे एक प्रकरण झालं.

पैसे खाऊन मार्क वाढवणं, हा व्यवसायही मी वर्षानुवर्षं करत आलो आहे. एका मार्काला एक हजार रुपये— डिग्रीच्या शेवटच्या वर्षीच्या पेपरला— असा राउंड फिगरमध्ये रेट ठरवून टाकला. हिशेबाला सोपं पडतं. मार्क वाढवण्याचे प्रकार तीन-चार आहेत. डायरेक्ट वाढवणं, टोटल मार्कांची उलटापालट करणं— म्हणजे २७ चे ७२, ३८ चे ८३, ४८ चे ८४, टोटल मारताना 'अनवधाना'ने ३५ ऐवजी ४५ लिहिणं, ४४ ऐवजी ७४ लिहिणं आणि ग्रेट प्रकार म्हणजे उत्तरपत्रिकांच्या मुखपृष्ठांची अदलाबदल करणं. श्रीमंत विद्यार्थ्यांकडून एकदम पंचवीस हजार रुपये घ्यायचे. स्कॉलर विद्यार्थ्याचं मुखपृष्ठ गडगंज मार्कांनी नापास होणाऱ्या श्रीमंत विद्यार्थ्याच्या उत्तरपत्रिकेला जोडायचं आणि नापासवालं मुखपृष्ठ स्कॉलरच्या पेपरला जोडायचं. रिझल्ट लिहिणारे क्लार्क फक्त पहिल्या पानावरची टोटल बघतात आणि मार्क लिहितात. स्कॉलर पोरगा होईना नापास. कॅश पंचवीस हजार तरी मिळाले! परमेश्वरा, हे महापापही मी दहा-बारा वेळा केलं आणि पचवलंही. हे कन्फेशनच असल्यामुळे नाइलाजानं सगळ्या गुप्त गोष्टी उघड करून लिहीत आहे. आतपर्यंतच्या आयुष्यातलं एकूण एक पाप माफ होणार असल्याची गॅरंटी परमेश्वरा तू दिली आहेस, म्हणून तर मी हातचं काहीही राखून न ठेवता, सगळ्या पापांचा धडा तुझ्यापुढं घडाघडा वाचत आहे.

हे परमेश्वरा, मी प्रायव्हेट क्लासेससुद्धा चालवतो. जे विद्यार्थी माझ्या क्लासला येत नाहीत आणि मी लिहिलेल्या सायक्लोस्टाइल्ड नोट्स विकत घेत नाहीत, त्यांना परीक्षेत मी बरोबर इंगा दाखवतो. त्याप्रमाणे अनेक विद्यार्थ्यांना इंगा दाखवला आहे. त्यांना चक्क नापास करून टाकलं. ते पापही माझ्या बोकांडी बसलेलं आहे. पुष्कळ वेळा लेक्चर्स न घेता विद्यार्थ्यांना ऑफ पिरियड देत होतो. रजेवर राहूनही रजेचे अर्ज देत नव्हतो. त्यामुळे माझ्या नावावर भरपूर रजा शिल्लक आहे. ते पापही आहेच.

आणखी एक प्रकारचं पाप आहे. मला आवडलेल्या विद्यार्थिनींचा मी बऱ्याच वेळा विनयभंग केला आहे. ''माझ्याविरुद्ध तक्रार, पोलीस केस, मोर्चा, निषेध वगैरे काही करशील; तर याद राख! तुला परीक्षेत बरोबर हिसका दाखवीन.'' असला दम दिला की बिचारी गप्प बसायची. अशा दहा-बारा जणी तरी झाल्या

असतील. परमेश्वरा, ती महापापंही माझ्या बोकांडी बसली आहेत. परमेश्वरा, आणखीही चिल्लर पापं बरीच आहेत. मोठ्या पापांतच दहा टक्के वाढव, म्हणजे निराळा तपशील द्यायला नको. माझ्या सर्व पापांचा पाढा मी या पापनिवेदनपत्रामध्ये वाचला आहे. तूच मला पापमुक्त कर. मला पापमुक्त करून कोरा करकरीत, निष्पाप, सज्जन प्राध्यापक केल्यानंतर तुझे हे महाउपकार स्मरून मी माझा निरीश्वरवाद सोडून तुझं अस्तित्व भक्तिभावानं मान्य करीन. निरीश्वरवादाची, बुद्धिप्रामाण्यवादाची आणि तर्कनिष्ठेची ऐशी की तैशी, असं तीनदा म्हणून त्यांच्याशी काडीमोड घेईन आणि तुझ्या भजनी लागेन. तू मात्र माझी सगळी पापं कबूल केल्याप्रमाणे रद्द करून टाक.

**तुझा नव-आस्तिकवादी भक्त,**
**प्रा. अमुक अमुक अमुक**

* * *

मी, अमुक अमुक अमुक. परमेश्वरास, पापनिवेदनपत्र सादर करत आहे. मी मूळचा दूधवाला. गोठ्यात गाई-म्हशी होत्या. दूध, चारा, शेणगोठा वगैरे करण्यात माझा दिवस जात असे. मदतीला पत्नीही होती. आमचं घराणं तसं मागं-मागं नेलं, तर पुराणातल्या गोकुळापर्यंत पोहोचेल. सध्या आम्ही त्या राज्यात राहत नसून जवळच्या राज्यात राहतो. दुधाच्या धंद्यात पैसे बरे मिळायचे. आमचा गाई-म्हशींचा गोठा गंगातीरीच असल्यामुळे आमचं दूध 'दूधगंगा' म्हणून प्रसिद्ध आहे. गंगामाईच्या कृपेनं एक लिटर दुधाचे दोन-अडीच लिटर दूध सहज होतं. शिवाय मापातही मी मारत होतो. ही दोन पापं तशी आमची वारसा हक्कानं चालत आलेली पापं आहेत. घराण्याची थोर परंपरा आम्ही सुरू ठेवली आहे. तसा हा वडिलोपार्जित व्यवसाय असूनही सुरू ठेवला आहे. घराण्याची चाल मोडायची कशी?

तरीही मी विचार केला की, नुसत्या दुधाच्या धंद्यावर संसार चालणं कठीण आहे. परमेश्वरा, तुझ्या आशीर्वादानं मला आठ मुली आणि चार मुलगे आहेत अन् आम्ही नवरा-बायको. शिवाय घरातली वडिलधारी माणसं, भावंडं वगैरे मिळून घरात मोजून पंचवीस माणसं आहेत. पंचवीस जणांना काय म्हणून लागत नाही? घरात कर्ता तरुण असा मी एकटाच! खर्चाची फार ओढाताण व्हायची. दुधात आणखी पाणी वाढवत गेलो. शेवटी एक गिऱ्हाईक मला म्हणालं, "भय्याजी, हल्ली दुधात पाणी घालणं बंद केलं वाटतं?" मला त्याच्या बोलण्याचा रोख कळेना. म्हणून मी त्याला विचारलं, "खुलासा करा." तेव्हा ते गिऱ्हाईक म्हणालं,

"पूर्वी तुम्ही दुधात पाणी घालत होता तेव्हा दुधाचा रंग बराच पांढरा होता; परंतु हल्ली तुम्ही आधी पाच लिटर, दहा लिटर पाणी घेता आणि त्यात पाव लिटर किंवा अर्धा लिटर दूध घालता. आणि आम्हाला त्यालाच दूध म्हणावं लागतं.''
परमेश्वरा, इतकं पाणी घातल्यामुळे माझ्या नावावर फार पाप जमा झालं आहे. किती तरी वर्षांचा हा पापाचा बोजा माझ्या डोक्यावर आहे. दूध नावाचं पाणीसुद्धा पूर्ण लिटरचं माप धरून देत नव्हतो. तिथंही लबाडी करत होतो. ते पापही बोकांडी बसलं.

संसाराची ओढाताण चालली होती. कुणी तरी एक गुरू मला भेटला. तो म्हणाला, ''बेटा दूधप्रसाद, तू हा धंदा नावापुरता सुरू ठेव. फार तर बायकोला गोठ्यावर नेमून टाक आणि तू राजकारणात शीर.''

''पण राजकारणातलं मला काही कळत नाही.'' मी म्हणालो, ''मला म्हशीची धार काढण्याशिवाय कोणतंच काम जमत नाही.''

''राजकारणात शिरायला काहीही लागत नाही.'' गुरू म्हणाला, ''गर्दीत शिरायला काही शिक्षण लागतं का? सरळ मुसंडी मारायची. गर्दीतूनच आपोआप मार्ग सापडत जातो. मुसंडी मारत जायचं. राजकारणात चंगळ असते. राजकारणात सत्ता, मानसन्मान आणि पैसा तिन्ही भरपूर मिळतं. इथं गोठ्यात मात्र दूध, शेण आणि मूत्र— एवढ्याच तीन गोष्टी मिळतात. म्हणून तू राजकारणात घूस.''

मला हा गुरुपदेश पसंत पडला. मी राजकारणात शिरलो. गुरूचं म्हणणं खरं ठरलं. राजकारण करायला बी. ए., एम. ए. वगैरे व्हावं लागत नाही. फक्त माणसाचं शरीर आणि पैसे खाण्याची अक्कल या दोन गोष्टी असल्या तरी यशस्वी राजकारणी होता येतं, हे राजकारणात शिरल्यावर थोड्याच दिवसांत मला समजून आलं. गुरूनं मला आणखी एक कानमंत्र देऊन ठेवला. राजकारणात वावरताना माणसाचं शरीर असावं; परंतु कातडं मात्र माणसाचं असू नये, ते गेंड्याचं असावं. गेंड्याचं कातडं म्हणजे सुपर चिलखत. त्याच्यावर कशाचाही परिणाम होत नाही. निंदा, निषेध, अविश्वास, धिक्कार, चप्पलफेक— काहीही होवो; गेंड्याचं कातडं शरीरावर असलं की सेफ! त्यामुळे आपल्या अंगी अप्रतिम निगरगट्टपणा आणि निर्लज्जपणा येतो, असं मला त्या गुरूनं सांगितलं.

परमेश्वरा, निगरगट्टपणा आणि निर्लज्जपणा या दोन श्रेष्ठ गुणांच्या जोरावर मी चढत-चढत राज्याचा मुख्य लोकप्रतिनिधी झालो. 'कुणी निंदा–कुणी वंदा, माझा द्रव्यभक्षणाचा धंदा' हे संतवचन मी ध्यानात ठेवून त्याप्रमाणे सतत कार्यरत राहिलो. परमेश्वरा, तू सर्वज्ञ असल्यामुळे तुला प्रत्येक गोष्ट माहीत असणारच. सन्मार्गानं वागून फार पैसे मिळत नाहीत. शेवटच्या आठवड्यात उसनवारी करावी

लागते. पण जरा वाममार्गाकडे वळलं की, तो रस्ता खजिना महालाकडेच आपल्याला नेतो. मी त्याचप्रमाणे वाममार्गाकडे वळलो. ट्रॅफिकच्या नियमाप्रमाणे सर्वत्र 'कीप लेफ्ट, डावीकडे वळा', असंच लिहिलेलं असतं. कुठं कुठं 'राइट इज रॉंग, लेफ्ट इज राइट' असं लिहिलेलं असतं. कुठं कुठं 'लेफ्ट साइड इज राइट साइड, राइट साइड इज सुइसाइड' असं लिहिलेलं असतं. यावरून मी असा निष्कर्ष काढला की, आपण वाममार्गानं जाणंच हितावह आहे.

परमेश्वरा, वाममार्ग म्हणजे काय सांगू? त्या मार्गानं मी जसजसा जाऊ लागलो, तसतसे मला भरपूर पैसे मिळू लागले. एक मात्र आहे; प्रत्येक खेपेला त्या त्या वेळच्या द्रव्यप्राप्तीच्या तोलामोलाचं पाप करावं लागतं. प्रत्येक द्रव्यराशी म्हणजे पापतुलाच असते. एका पारड्यामध्ये द्रव्यराशी आणि दुसऱ्या पारड्यात भारंभार पाप ठेवावं लागतं. त्यामुळे माझ्याकडे अफाट द्रव्य आहे आणि अफाट पापांचा साठाही आहे. मी मुख्य लोकप्रतिनिधी असल्यामुळे निरनिराळ्या पैसे खाण्याच्या योजना काढत असतो. प्रत्येक योजनेत प्राप्तीचा सिंहाचा वाटा माझा असतो. आजमितीला माझ्याकडे अगणित द्रव्य आहे. परमेश्वरा, तेवढंच पापही आहे.

मी मूळचा दुधाच्या धंद्यातला माणूस. गाई-म्हशींसाठी चारा विकत आणायचा, तो गाई-म्हशींना खाऊ घालायचा आणि दूध काढून, त्यात पाणी मिसळून ते दूध विकायचं, हे करत आलो होतो. त्यातूनच एक नवीन आयडिया सुचली. आपण आपल्याच गोठ्यातल्या गाई-म्हशींपुरता चारा न आणता मुख्य लोकप्रतिनिधी या नात्यानं राज्यातल्या सर्व गाई-म्हशींसाठी चारा खरेदी करणं, त्यांचं योग्य वाटप करणं, हे कार्य आपण करावं. त्यासाठी जवळजवळ आठशे-नऊशे कोटी रुपयांचा निधी जमवण्याची योजना आखली. निधी जमूही लागला. त्या गडबडीत प्रत्यक्ष चारा खरेदी करणं आणि राज्यातल्या सर्व गाई-म्हशींनी हा चारा प्रत्यक्ष खाणं, या दोन किरकोळ गोष्टी अनवधानानं राहूनच गेल्या. त्यामुळे सगळा गोंधळ झाला, या दोन किरकोळ गोष्टींमुळे. त्यामुळे माझ्यावर चाराभक्षणाचा आरोप ठेवण्यात आला. तो अद्यापि सिद्ध व्हायचा आहे; पण पापाचं काय?

परमेश्वरा, तुझा तो चित्रगुप्त आहे ना, त्याला तू रिटायर करून टाक. माझ्या राज्यात खोटे जमाखर्च लिहिण्यात तरबेज असलेले हिशेबनीस आहेत; त्यांची नेमणूक कर. पण ते पुढच्या पुढं! परमेश्वरा, मी नाना प्रकारच्या महापापांमध्ये आकंठ बुडालो आहे. मला सर्व पापांतून मोकळा कर. तुझी ही कन्फेशन स्कीम तू ऐनवेळी काढलीस, हे बरं झालं. पापनिवेदनपत्र भरायचं आणि तुला सादर करायचं. फारच सोपं काम करून ठेवलं आहेस. '१४०० रुपये इन्कम टॅक्स भरा आणि

सुखानं दुकान चालवा', यासारखीच ही स्कीम आहे. परमेश्वरा, माझ्या या शुभ्रकेसांकित मस्तकावर पापांचा प्रचंड डोंगर आहे. मला सर्व पापांतून मुक्त कर आणि पुन्हा होतो तसा मुख्य लोकप्रतिनिधी कर, म्हणजे माझी पत्नीही घरकामाला मोकळी होईल. तिलाही राजकारणातलं काही कळत नाही, एवढ्याच क्वालिफिकेशनवर ती सध्या राज्यकारभार रेटून नेत आहे. हे परमेश्वरा, मला सर्व पापांतून मुक्त केल्यास, त्यानंतर मी तुला प्युअर दुधापासून आटवून तयार केलेली पातेलंभर रबडी (बासुंदी) अर्पण करीन.

**पापमुक्तीची चातकाप्रमाणे वाट पाहणारा,**
**अमुक अमुक अमुक**

* * *

मी, अमुक अमुक अमुक, परमेश्वरास पापनिवेदनपत्र सादर करत आहे. मी अमुक बँकेचा प्रमुख अधिकारी आहे. मी माझ्या तीन मोठ्या व्यापाऱ्यांना कर्ज पुरवत असतो. आमचं रॅकेटच आहे. हे मोठे व्यापारी बोगस आहेत. ते खोटे चेक भरतात, ते पास होण्याची व्यवस्था मी करतो. त्याप्रमाणे त्यांच्या खात्यात लाखो रुपये जमा होतात. या सर्व व्यवहारात माझी पंचवीस टक्के भागीदारी आहे. संबंधित क्लार्क, कॅशियर यांनाही पाच-पाच टक्के द्यावे लागतात. हे सगळं सुरळीत सुरू असताना सी.बी.आय.ची धाड पडली. कसाबसा जामिनावर सुटलो आहे. सध्या निलंबित आहे. पुढं काय होणार आहे, हे कळत नाही. शेकडो खातेदारांचे पैसे हडप केल्याचं प्रचंड पाप माझ्या माथ्यावर आहे. पापाच्या भारानं मी कचकन वाकलो आहे. कंबर खचून गेली आहे. पाप आणि आरोप यांच्या तावडीत मी सापडलो आहे. परमेश्वरा, तू यातून माझी सुटका कर. भानगडी करून बसलो खरा... काही कोटी रुपयांचा घोटाळा झाला आहे. यावरून माझं पाप किती प्रचंड असेल, याची तुला कल्पना आलीच असेल.

परमेश्वरा, गळ्याभोवती इन्क्वायरीचा गळफास कधी आवळला जाईल, हे सांगता येत नाही. अशा भयंकर परिस्थितीत मी असताना नेमक्या याच वेळी परमेश्वरा, तुला कन्फेशन अर्थात पापनिवेदन स्कीम कशी काय सुचली याचं आश्चर्य वाटतं. ही स्कीम सुरू करण्याची सुबुद्धी परमेश्वरानंच योग्य वेळी तुला दिली, असं म्हणावं; तर तूच स्वत: परमेश्वर आहेस. परमेश्वरा, तू माझ्या स्वप्नात येऊन दर्शन दिलंस, कन्फेशनची स्कीम समजावून सांगितलीस; यावरून मला असं वाटतं की, तुझ्या मनात कुठं तरी माझ्याविषी मृदू भावना असाव्यात.

तुझ्यामागं संपूर्ण ब्रह्मांड चालवण्याचा प्रचंड व्याप आहे, रात्रंदिवस जागा राहून विश्वाचा कारभार चालवायचा असतो. त्यातून तुला माझी आठवण झाली, हे तुझे माझ्यावर अनंत उपकार आहेत. परमेश्वरा, तू परम दयाळू आहेस. ज्या अर्थी तू कन्फेशन करायला सांगत आहेस, त्या अर्थी तू माझी सर्व महापापं माफ करणार आहेस, हे स्पष्टच दिसतंय. तू इकडे माझी पापं माफ कर आणि तिकडे संबंधित अधिकाऱ्यांना मला निर्दोष म्हणून सोडून देण्याची सुबुद्धी दे. त्याचप्रमाणे माझी बँकेतील मूळ पदावर पूर्ववत नियुक्ती कर. परमेश्वरा, सर्व पापांतून तूच सोडवणारा आहेस.

**तुझ्या चरणी शरणागत,**
**अमुक अमुक अमुक**

* * *

मी, अमुक अमुक अमुक, परमेश्वरास पापनिवेदनपत्र सादर करत आहे.

परमेश्वरा, आपला हा देश आहे ना, इथली निरक्षरता अजूनही पुष्कळ आहे, म्हणून शाळा-कॉलेजं काढण्याचा पवित्र धंदा मी सुरू केला. गावोगावी, प्राथमिक शाळा, हायस्कूलं, कॉलेजं काढली. लई मोठा बारदाना हाय. सगळी मिळून पंधरा हजार पोरं-पोरी शिकतात. गुरुजी, सर आणि प्रोफेसर मिळून साडेपाचशे मास्तर शिकवण्याचं काम करतात. शिक्षकेतर म्हणतात तसली माणसं पण पाचशे आहेत. वर्षाचं बजेट जवळजवळ दहा कोटींचं आहे. अशा शिक्षणसंस्थेचा मीच संस्थापक आहे, मीच चेअरमन आहे आणि मीच चीफ एक्झिक्युटिव्ह ऑफिसर आहे. बाकीची सगळी पगारी मेंढरं आहेत. कुणी मराठीतून बें-बें-बें करतात, तर कुणी इंग्रजीतून बें-बें-बें करतात. मी सांगेन तिथं मुकाट्यानं सही करतात. पगार चेकनं देणं सक्तीचं आहे, म्हणून मी पळवाट काढलीय. पगाराच्या दहा टक्के रोख पैसे संस्था-गंगाजळीसाठी टेबलावर ठेवा आणि फुल पगाराचा चेक घ्या. पैसे खाण्याचा असा सपाटा लावला होता. संस्था-गंगाजळी तद्दन बोगस. हे पैसे डायरेक्ट माझ्या खिशात जातात.

परमेश्वरा, निरनिराळ्या प्रवेशासाठी पहिल्याच दिवशी 'प्रवेश संपले', असे फलक लावून ब्लॅकनं प्रवेश देण्याचा धंदा सुरू करतो. जो गरजू मागल्या दारानं येईल, त्याला सांगतो, "मी संस्थापक आहे. मला कोणत्याही दोन विद्यार्थ्यांना प्रवेश देण्याचा अधिकार आहे. हे नियमाला धरूनच आहे. यातली एक सीट तुमच्या मुलाला देतो. एक श्रीमंत व्यापारी पन्नास हजार रुपये द्यायला तयार आहे;

पण मी नाही म्हटलं. मी पंचवीस हजारांचा तोटा सहन करीन, पण गरजू अन् हुषार मुलालाच प्रवेश देईन. तुम्ही गरजू आहात, तुमचा मुलगा हुषार आहे. उद्यापर्यंत तुमच्यासाठी सीट राखून ठेवतो. पंचवीस हजार रुपये घेऊन या.'' प्रत्येकापाशी अशी डायलॉगबाजी करून अॅडमिशनच्या दिवसांत मी दहा-पाच लाख रुपये सहज कमावतो.

परमेश्वरा, मी या शिक्षणक्षेत्रात माझं साम्राज्य निर्माण केलं आहे. स्त्री शिक्षकांच्या नेमणुका इंटरव्ह्यूऐवजी 'आऊटर व्ह्यू' बघून करतो. त्यांना प्रोबेशन पीरियड फक्त सहा महिन्यांचाच ठेवतो. नंतर त्यांना लगेच नोकरीत कायम करून प्रॉव्हिडंट फंड कापणं वगैरे सुरू करतो. सगळं सुरळीत झालं की, मग एकेकीला माझ्या एअर-कंडिशन्ड ऑफिसातल्या स्पेशल रूममध्ये बोलावून घेतो. मग मी वाघ आणि ती शेळी! मी जे काही करायचं, ते करतो. मग दमात घेऊन सांगतो, ''सहा महिन्यांत कायम केलंय, पुरुष मास्तराप्रमाणे पगाराचा चेक देताना तुझ्याकडून दहा टक्के रोख पैसे घेत नाही, हे सगळे उपकार लक्षात ठेवून गुपचूप घरी जा. उद्या रोजच्याप्रमाणे शिकवणं सुरू करायचं. तुझ्या पाळतीवर माझी दोन तगडी माणसं ठेवली आहेत. गडबड करशील, तर याद राख!''

परमेश्वरा, आतापर्यंत पाच-पंचवीस जणी झाल्या. कोणीही हूं की चूं करत नाहीत. प्रत्येकाला जिवाची काळजी असतेच की! परमेश्वरा, शिक्षणसंस्था काढल्या दिवसापासून पापाशिवाय एक दिवस जात नाही. पाप किलोनं मोजता आलं असतं, तर एव्हाना माझं पाप दहा-बारा क्विंटल सहज भरलं असतं किंवा जास्तच भरेल. पापाचं ओझं वाढत चाललंय. वर्तमानपत्रातूनही माझ्याविषयी काही-बाही छापून येऊ लागलंय. थातुरमातुर खुलासा करून मी वेळ मारून नेतो; पण काही खरं नाही. परमेश्वरा, अगदी योग्य वेळी तू स्वप्नात येऊन पापनिवेदनाची स्कीम सांगितलीस. त्यामुळे मनाला केवढा दिलासा मिळाला. मी आतापर्यंत कोणकोणती पापं केली आहेत, ती सर्व वर सांगितलीच आहेत. लपवून काहीही ठेवलं नाही. परमेश्वरा, तू माझी एकूण एक पापातून मुक्तता करून मला शंभर टक्के शुद्ध चारित्र्य असलेला शिक्षणमहर्षी कर.

**सर्व पापांची माफी मागणारा,**
**अमुक अमुक अमुक**

* * *

मी, अमुक अमुक अमुक, परमेश्वरास पापनिवेदनपत्र सादर करत आहे. मी

सरकारी ऑफिसातला कर्मचारी आहे. परमेश्वरा, आमची सरकारी नोकराची जात म्हणजे, 'जाऊ तिथं खाऊ' अशी असते. तरीही सरकार आमच्या वारंवार बदल्या का करतं; कळत नाही. नवीन ठिकाणी पैसे खाता येणार नाही, असं सरकारला वाटतं काय? पण नोकर असल्यामुळे तसं काही बोलता येत नाही. परमेश्वरा, ज्याप्रमाणे तुझ्या इच्छेशिवाय झाडाचं पानसुद्धा हलत नाही त्याचप्रमाणे टेबलाखालून दक्षिणा दिल्याशिवाय टेबलावरील कागदपत्रांतील एक पानही हालत नाही. टेबलावरून फक्त पगाराचे पैसे घ्यायचे असतात. बाकी सगळे व्यवहार टेबलाखालून असतात. परमेश्वरा, मी तसा फार मोठा ऑफिसर नाही. त्यांची पैसे खाण्याची स्टाइल निराळी आहे. मी टेबलाखालून घेत असतो. माझ्या टेबलावरून कागदपत्रं हलली, तरच पुढची कार्यवाही. त्यामुळे 'मुळारंभ आरंभ' माझ्या टेबलापासूनच होत असतो. टेबलाखालून काही मिळाल्याशिवाय टेबलावरचे पेपर्स आहेत तिथंच निश्चल पडून राहतात. परमेश्वरा, टेबलाखालून पैसे घेतल्याशिवाय कुणाचंही, कसलंही काम न करण्याचं पाप मी नोकरीला लागलो तेव्हापासून करत आलो आहे. 'थेंबे-थेंबे तळे साचे' या पद्धतीनं माझ्या पापाचाही मोठा तलाव तयार झाला आहे. तलाव खूप खोलही आहे. या पापाच्या तलावात मी गटांगळ्या खात आहे. परमेश्वरा, तुझ्या सांगण्याप्रमाणे मी माझं पापनिवेदनपत्र तुला सादर करत आहे. परवा एकदा खुणा केलेल्या नोटा घेऊन जाळ्यात अडकण्याच्या बेतात होतो. पण आम्हा कारकुनांची नजर फार बेरकी असते. खुणा केलेल्या नोटा दिल्या जाणार आहेत, असा संशय आल्याबरोबर त्या पार्टीचं काम काहीही न घेता करून टाकलं. जाळं टाकणाऱ्या अँटि-करप्शनवाल्यांचा डाव फसला. परमेश्वरा, तरीही माझ्या नोकरीच्या मानाने माझं पाप फारच वाढलं आहे. तू परम दयाळू आहेस. माझी सर्व पापांतून मुक्तता कर.

**तुझ्या चरणधुळीचा सेवक,**
**अमुक अमुक अमुक**


* * *


परमेश्वर शेकडो लोकांच्या स्वप्नात गेला होता. प्रत्येकाला त्याच्या पापांचे कन्फेशन करायला त्यानं सांगितलं होतं. त्याच्या आदेशाप्रमाणे सर्व लोकांनी आपापल्या एकूण एक पापांची पापनिवेदनपत्रं परमेश्वरास सादर केली होती. प्रतिनिधिक स्वरूपाची अशी सात पापनिवेदनपत्रं सादर केली आहेत. अन्य शेकडो कन्फेशनवाले लोक आहेत. त्यात नियमितपणे हप्ते घेणारे पोलीस आहेत, पोलीस खात्यात

नोकरी लावण्यासाठी दहा-दहा, वीस-वीस हजार रुपये लाच मागणारे वरचे साहेब लोक आहेत. वरच्या साहेबांना परीक्षेत पास करण्यासाठी पन्नास हजार मागणारे वरच्यांच्या वरचे साहेब आहेत. मोक्याच्या ठिकाणी, म्हणजे जास्त कमाईच्या ठिकाणी बदली करून पाहिजे असल्यास अमुक हजार रुपये दक्षिणा मागणारे, दंडकारण्यात केलेली बदली रद्द करून पाहिजे असल्यास अमुक हजार द्या म्हणणारे, नवऱ्याची बदली या गावी तर बायकोची बदली त्या गावी मुद्दाम करून त्यांना एकाच गावी आणण्याच्या बदलीसाठी अमुक हजार रुपये, प्रमोशनसाठी तमुक हजार रुपये— मागणारे असे महापुरुषही बरेच आहेत. या सर्व महापुरुषांनी कोणकोणत्या मार्गांनी किती हजार, किती लाख रुपये खाल्ले याचा खडान् खडा हिशेब सर्वांनी लेखी कन्फेशन देताना दिला आहे. बँकेच्या सेफ डिपॉझिट लॉकर्समध्ये किती आहेत, गादीखाली दुसऱ्या खोट्या-खोट्या गादीत किती नोटा आहेत, बाथरूममध्ये वरच्या अंगाला स्पेशल जागा करून तिथं किती नोटा आहेत वगैरे सर्व पापांचा हिशेबही परमेश्वराला पापनिवेदनपत्रांतून मिळाला.

पॉश भागात राहणाऱ्या छान-छान स्त्रियांनी आपले मित्र कोण-कोण आहेत, त्यांच्याशी कसले संबंध आहेत, मिस्टर घरी आल्यावर, "डार्लिंग, मी कधीची तुमची वाट बघतेय", असं पातिव्रत्याचं नाटक करून नवऱ्याला कसं फसवत असतो याचं कन्फेशन दिलं आहे. विविध व्यापाऱ्यांनी कोणकोणत्या प्रकारे भेसळ करतो, वजनात कसं मारतो, काळाबाजार कसा करतो— ही सर्व पापे सविस्तरपणे पापनिवेदनपत्रात सांगितली आहेत. विदाउट तिकीटवाल्या प्रवाशांकडून रोजची कमाई किती होते याचं कन्फेशन टी.सीं.नी दिलं. प्रवाशांना उरलेले पैसे परत न केल्यामुळे एकंदर किती पैसे कमावले याची कबुली कंडक्टरनं दिली. स्मगलर्स, चोर, डाकू, दरोडेखोर, खिसेकापू, बलात्कारी, गुंड, वर्गणीवीर, खंडणीस्वार या मंडळींनीसुद्धा लांबलचक पापनिवेदनपत्रं सादर करून आपली एकूण एक पापं परमेश्वरास शपथपूर्वक सांगितली. परमेश्वराचा अंदाज खरा ठरला. सर्वांना पापांतून मुक्त करतो, असं सांगितलं तरच सर्व भ्रष्ट माणसं आपापली सर्व पापं काहीही लपवून न ठेवता सांगतील; म्हणून तर स्वप्नात जाऊन परमेश्वरानं सर्वांना 'अहं त्वां सर्वपापेभ्यो मोक्षयिष्यामि मा शुचः' असं भरघोस आश्वासन देऊन सर्वांकडून कन्फेशन वदवून घेतलं. पापनिवेदन पत्रांतून पापांची लांबलचक जंत्री सांगितली. एरवी, पापं लपवणारी ही माणसं, एकूण एक पापं सांगणं कधी तरी शक्य आहे काय?

परमेश्वरानं ही सर्व कन्फेशन्स, लिखित स्वरूपातील पापनिवेदनपत्रं गुप्तपणे सी.बी.आय.कडे पाठवली आहेत. सी.बी.आय.कडे सध्या कोट्यवधी, अब्जावधी

रुपयांच्या मोठमोठ्या भानगडी चौकशीसाठी आहेत. त्यातून या कन्फेशन्सचा नंबर कधी लागेल, ते पाहिलं पाहिजे. फारच उशीर होत आहे असं दिसलं, तर परमेश्वर एक दिवशी सी.बी.आय.च्याच स्वप्नात जाऊन ही प्रकरणंही लवकर मार्गी लावायला सांगेल.

□□□

# .६.
# मी कसा लिहू लागलो?

मी कसा लिहू लागलो? मी आकाशवाणीवर कसा बोलू लागलो? मी व्याख्यानं कशी देऊ लागलो? प्रश्न तीन आहेत; परंतु उत्तर मात्र एकच आहे. बादशहानं बिरबलाला असेच तीन प्रश्न विचारल्याचं सुप्रसिद्ध आहे. भाकरी का करपते? घोडा का अडतो? पान (खाण्याचं) का सडते? हे तीन प्रश्न होते. बिरबलानं तिन्ही प्रश्नांचं मिळून एकच उत्तर दिलं– ''न फिरविल्याने.'' हे एकच उत्तर तिन्ही प्रश्नांना लागू पडते. मी कसा लिहू लागला? तिन्ही प्रश्नांचं उत्तरही असं एकच आहे. हे उत्तर म्हणजे, ''बायकांमुळे!''

होय. मी सध्या जो काही आहे, या सर्वांचं आदिकारण बायका आहेत. एखाद्या बुवाला पुढं आणण्याचं श्रेय विविध बायकांना मिळावं, हा आपला योगायोग आहे; परंतु ती वस्तुस्थितीही आहे. आपल्या अंगी साहित्यिक गुण, जर्म्स वगैरे वगैरे आहेत, असा माझा गैरसमज बालवयातसुद्धा झाला नव्हता. (कदाचित बालवयामुळे झाला नसेल, असं कुणी तरी टारगटपणानं म्हणतील. म्हणू देत. आपण आपलं 'असो' म्हणावं.) शाळेत शिकत असताना भाषेत किंवा निबंधलेखनात फार मोठं कर्तृत्व मी कधीच दाखवू शकलो नव्हतो. एक आदर्श सर्वसामान्य विद्यार्थी म्हणून मी ओळखला जात होतो. (आदर्श हे विशेषण माझं मलाच बरं वाटावं म्हणून योजलं आहे.)

भाषाविषयाबद्दल आकर्षण वाटावं, असे शिक्षकही लाभावे लागतात. या बाबतीतसुद्धा परिस्थिती अगदीच सो-सो होती. हायस्कूलमध्ये तर मराठीचे एक शिक्षक असे होते की, त्यांचं शिकवणं ऐकून मराठीविषयीचं प्रेम कमीच व्हावं. कोणताही धडा असो, कोणताही प्रसंग असो,

कोणतीही कविता असो नाहीतर कोणताही रस असो; हे गुरुजी आपल्या पल्लेदार पहाडी आवाजात आणि दम दिल्यासारख्या ढंगात शिकवायचे. गडकऱ्यांची 'राजहंस' ही करुणरसानं ओथंबलेली कवितासुद्धा त्यांनी याच मर्दानी स्टायलीत शिकवली होती. सिंहगडावर तानाजी मरून पडला आहे आणि मावळे पळून जात आहेत, त्या वेळी शेलारमामा (किंवा सूर्याजी चू. भू. द्या. घ्या.) बुलंद आवाजात खवळून ओरडला, "तुमचा बाप इथं मरून पडला आहे आणि पळून कुठं चाललात? बोला–बोला!" अगदी याच खवळलेल्या चढ्या आवाजात आमचे हे मराठीचे सर राजहंसाची पहिली करुणरसपरिप्लुत ओळ ओरडले, "हे कोण बोलले; बोला? (प्रश्नचिन्ह सरांचे. 'बोला! बोला की आता' या चालीवर) राजहंस माझा निजला!" (हा तानाजी इथं पडलाय!, या ढंगात.) या वीरश्रीयुक्त पद्धतीनं त्यांनी 'राजहंस' ही कविता शिकवली होती. त्यामुळे 'वीररस-वीररस' म्हणतात, तो हाच बरं का, असं मला वाटायला आणि, "बरं का मुलांनो, याला करुणरस म्हणतात..." असं सरांनी सांगायला एकच गाठ पडली. त्यामुळे खरा वीररस कसा असतो (आणि करुणरसही) हे मला कळायचं राहूनच गेलं.

बालपणात विनोदाचा वारासुद्धा मला लागणाच्या पलीकडे मी होतो. आमचं घराणं कर्मठ सोवळ्या ब्राह्मणांचं. विनोद वगैरे छचोर गोष्टींना आमच्या घरात वावच नव्हता. आमच्या घरातल्या दृष्टीनं विनोद वगैरे ओवळ्यातल्या गोष्टी होत्या. माझ्या वडिलांना आणि आजोबांना तशी साहित्याची आवड होती. पण ती संस्कृत साहित्य आणि संतवाङ्मय यांच्यापुरतीच मर्यादित होती. मासिक नावाची वस्तू मी मिरजेला इंग्रजी शिकायला होतो तेव्हा पहिल्यांदा पाहिली. मी पाहिलेलं पहिलं मासिक 'किर्लोस्कर' हे होय. (याच 'किर्लोस्कर'मध्ये माझं एक दीड कॉलमी लेखुटलं पहिल्यांदा प्रसिद्ध झालं होतं.) एकंदरीत माझा आणि साहित्याचा संबंध फारच थोडा आला होता. विनोदी साहित्याचा तर त्याहून कमी आला होता.

पुढं नोकरीसाठी जनरीतीप्रमाणे मी मुंबईला आलो. वर्षभरात सहा नोकऱ्या झाल्या. सातवी नोकरी श्री क्षेत्र व्ही.जे.टी.आय. येथे लागली. सध्याही मुक्काम याच तीर्थक्षेत्री आहे. ही संस्था फार मोठी आणि नामवंत असली तरी त्या संस्थेचा आणि मराठी साहित्याचा– विशेषत: विनोदी साहित्याचा– काहीच संबंध नाही. इथंही साहित्यिक व्हायला लागणारे गुण विकसित व्हावेत, असं वातावरण नाही. अर्थात, असं असणं कसं शक्य आहे? यात संस्थेची काहीच चूक नाही. संस्थेचं कार्य निराळं, क्षेत्र निराळं. आपल्या क्षेत्रात आमची संस्था अग्रगण्य आहे.

तात्पर्य काय, बालपणापासून ते नोकरीच्या ठिकाणापर्यंत विनोदी लेखक व्हायला अनुकूल असं वातावरण कुठंच नाही. तरीही मी विनोदी लेखक म्हणून

प्रसिद्धी पावलो. पहिली गोष्ट म्हणजे, मी लेखक तरी कसा झालो, हे सांगितलं पाहिजे. मी लेखक कसा झालो याचं मलाही नवल वाटतं. त्याचं काय झालं, मुंबईतल्या एका महिला मंडळाच्या एक प्रमुख कार्यकर्त्या बाई माझ्या परिचयाच्या होत्या. त्या महिला मंडळाचा एक हस्तलिखित अंक निघत असे. त्या हस्तलिखित अंकामध्ये निरनिराळ्या महिला आपापल्या (दृष्टीने) सुंदर हस्ताक्षरात साहित्य लिहीत असत. माझं हस्ताक्षर अतिशय सुंदर असल्याची माहिती उपरोक्त बाईंना होतीच. त्यांनी माझ्याकडून त्या हस्तलिखित अंकाची पानंच्या पानं लिहून घेतली. सगळा अंक बायकांनीच लिहून काढला आहे, हे दर्शविण्यासाठी संपादकीयातसुद्धा माझ्या नावाचा उल्लेख नव्हता. त्या बाईंनी प्रामाणिकपणानं कारण सांगितलं, "महिला मंडळाचा अंक असल्यामुळे तो पुरुषहस्तस्पर्शविरहित असावा, अशी अपेक्षा आहे. म्हणून तुमच्या नावाचा उल्लेख करू शकत नाही. व्यक्तिश: मी तुमची आभारी आहे.'' त्या आभारावरच समाधान मानून घ्यावं लागलं. हस्तलिखिताच्या मला वाटतं, दोन-तीन अंकांत मी मजकूर लिहून काढला. हे काम दर वर्षी (किंवा जेव्हा केव्हा अंक निघेल तेव्हा) कायमचंच मागं लागेल की काय, अशी एक शंका माझ्या मनात आली. ज्यातून अर्थप्राप्ती नाही, नाव होणार नाही, नाव निघणार नाही किंवा अन्य कसलाच लाभ नाही; असं काम माणूस एकदा करील, दोनदा करील, पुढं मात्र तो काहीतरी कारण काढून त्यातून अंग काढून घेईल.

मीही काहीतरी कारण शोधीतच होतो. नेहमी दुसऱ्यासाठीच कामं करण्याची काही जणांना सवय असते. मी त्यातला नव्हतो, हा माझा दोष आहे. पण मी तरी काय करणार? माझ्या अंगी असेच चांगले-चांगले दोष आहेत. काही जण मात्र दुसऱ्यासाठीच जणू जन्माला आलेले असतात. आपण दुसऱ्यांचे हस्तलिखित अंक लिहून काढीत बसण्यापेक्षा आपण स्वत:च एखादा हस्तलिखित अंक काढावा आणि, 'सध्या मीच हस्तलिखित अंक काढीत असल्यामुळे तुमचा अंक मी लिहून देऊ शकत नाही,' असं सांगून मोकळं व्हावं, असं मी ठरवलं. त्याप्रमाणं मी तयारीलाही लागलो. बाजारातून कागद, शाई, बारीक टोकाची निब्ज, रंगाची पेटी, ब्रश इत्यादी साहित्य आणलं. प्रत्यक्ष कार्याला सुरुवात केली.

हस्तलिखित अंकाचं नाव काय ठेवावं, याचा मी विचार करू लागलो. आपला प्रत्येक अंक प्रतिपश्चंद्ररेखेव वाढता निघाला पाहिजे, या कल्पनेनं आणि अपेक्षेनं मी माझ्या संकल्पित अंकाचं नाव 'इंदुकला' असं ठेवलं. ह्या अंकाचं काम मी सुरू केलं. ओळखीच्या निरनिराळ्या व्यक्तींकडून लेख, कविता, कथा इत्यादी साहित्य लिहवून घेऊन मी सुबक हस्ताक्षरात आणि चांगल्या सजावटीत अंक तयार केला. अंक दिवाळीला प्रसिद्ध केला. अशा प्रकारे 'इंदुकले'च्या पहिल्या अंकामुळे

मी साहित्यक्षेत्राकडे ओढला गेलो. नंतर मी जवळजवळ आठएक अंक काढले. प्रत्येक अंक नावाप्रमाणे शुक्लेंदुवत् वाढता– गुणांनी आणि पानांनी– निघाला.

पहिल्या दोन अंकांनंतर आणखी एक महत्त्वाची गोष्ट मी घडवून आणली. अंक हस्तलिखित असूनही या अंकासाठी मराठीतील त्या वेळच्या नामांकित साहित्यिकांनी आणि आज नामवंत असलेल्या साहित्यिकांनी या अंकासाठी साहित्य लिहिले आहे. त्यातली काही नावे– अनंत काणेकर, शांता ज. शेळके, श्रीकृष्ण पोवळे, बा. भ. बोरकर, वसंत बापट, सदानंद रेगे, मंगेश पदकी, मंगेश पाडगावकर, स. गं. मालशे, रा. भि. जोशी, दुर्गा भागवत, महादेवशास्त्री जोशी, माधव मनोहर, भानू शिरधनकर, शिरीष (अत्रे) पै, शं. ना. नवरे, द. पां. खांबेटे, जयवंत दळवी, द. मा. मिरासदार, विंदा करंदीकर, ग. ल. ठोकळ, गो. नी. दांडेकर, राजा मंगळवेढेकर, चिं. वि. जोशी, विजय तेंडुलकर, शशिकांत पुनर्वसु, वा. ल. कुळकर्णी. ही नावे वाचल्यावर अंक किती दर्जेदार निघत असेल याची कल्पना येईल. या अंकाच्या उत्कृष्टतेबद्दल आचार्य अत्रे, सेनापती बापट, स्वा. सावरकर, प्रभाकर पाध्ये, पां. वा. गाडगीळ, प्रभृती कित्येकांनी त्यांच्या हस्ताक्षरात केवळ प्रशंसोद्गारच काढले.

आता या सर्वांतून श्री. प्रभाकर पाध्ये यांना बाजूला घेऊ या. 'इंदुकले'चा पाचवा दिवाळी अंक घेऊन मी श्री. पाध्ये यांच्याकडे गेलो. त्या वेळी पाध्ये 'नवशक्ती'चे संपादक होते. त्यांचा-माझा अजिबात परिचय नव्हता. त्यांना मी पाहिलेलंही नव्हतं. तरीही या अंकावर श्री. पाध्ये यांचा प्रारंभीचा अभिप्राय असावा, असं मला वाटलं. दादर टी. टी. जवळच्या त्यांच्या घरी मी गेलो. त्यांना मी अंक दिला. त्या वेळी मी प्रथम पाध्यांना पाहिलं. पाध्ये 'नवशक्ती'च्या दिवाळी अंकाच्या गडबडीत होते. त्यांनी मला एका मिनिटातच मोकळं केलं. ते म्हणाले, ''मला आता क्षणाचीही फुरसत नाही. अंक ठेवून जा आणि परवा दुपारी या.'' पाध्ये दाराच्या आत आणि मी घराच्या बाहेर, अशा अवस्थेत त्यांची आणि माझी पहिली भेट झाली. त्यांनी अंक ठेवून घेतला. मी परत आलो.

पाध्यांनी सांगितलेल्या दिवशी आणि सांगितलेल्या वेळी मी त्यांच्या घरी गेलो. दारावरची बेल वाजवली. दार उघडलं गेलं. समोर पाध्येच उभे होते. हातात 'इंदुकले'चाच अंक होता. अंकात पानाच्या खुणेसाठी बोट ठेवलेलं होतं.

''कोण पाहिजे?'' पाध्यांनी विचारलं.

''मी बुवा. आपल्या हातातला अंक मीच परवा आपणाकडे आणून दिला होता.'' मी म्हणालो.

''अरे हो, विसरलोच! या.'' पाध्ये म्हणाले, ''परवा मी फार गडबडीत होतो. त्यामुळं नीट लक्षात राहिलं नाही.''

मी आतमध्ये बसलो. बोलत असताना मला खरे पाध्ये कळाले. पाध्यांना अंक अतिशय आवडला होता. त्यांनी अंकात सुंदर अभिप्राय लिहिला होता. याच अंकात 'व्यावहारिक शब्दकोश' या शीर्षकाचा एक लेख मी लिहिला होता. प्रत्येक अंकात माझा लेख असायचाच. (मीच संपादक असल्यामुळे लेख साभार परत येण्याची भीती नव्हती.) या 'व्यावहारिक शब्दकोशा'त मी दोन-अडीचशे शब्दांच्या व्याख्या तयार करून दिल्या होत्या. त्या व्याख्या गमतीच्या होत्या, एवढीच माझी त्या व्याख्यांबद्दलची माफक कल्पना होती. पण पाध्यांना मात्र त्यातून निराळाच शोध लागला. विनोदी लेखनाला आवश्यक असलेली दृष्टी माझ्या ठिकाणी आहे, हाच शोध पाध्यांना लागला. मी विनोदी लेखक होऊ शकेन, हे तो लेख वाचून पाध्यांना कळालं; मला मात्र माझाच लेख असून कळालं नव्हतं. हा पाध्ये आणि मी यांच्यातला मौलिक फरक.

पाध्यांनी मला उत्तेजन दिलं. "तुम्ही विनोदी लेखन खरंच चांगलं करू शकाल'', असा विश्वास त्यांनी पहिल्या भेटीतच व्यक्त केला. पाध्यांच्या या अभिप्रायानं मी आनंदित झालो. पाध्ये केवळ एवढं बोलूनच थांबले नाहीत. ते मला म्हणाले, "तुम्ही या अंकातल्या तुमच्या 'व्यावहारिक शब्दकोशा'ची एक प्रत तयार करून माझ्याकडे आणून द्या. प्रत्येक रविवारच्या अंकात मी त्यातल्या पंचवीस-तीस किंवा जास्त व्याख्या प्रसिद्ध करीत जाईन. पाच-सहा अंकांतून या व्याख्या छापून टाकतो.''

पाध्यांच्या तोंडून हे ऐकताच मी खुर्चीतल्या खुर्चीतच तरंगू लागलो. त्यानंतर पाध्ये जे म्हणाले, ते ऐकून तर कानांसहित मनाला गुदगुल्या झाल्या. पाध्ये म्हणाले, "यापुढं तुम्ही प्रत्येक रविवारच्या 'नवशक्ती'त लिहीत जा. सुरुवातीला फार मोठं लिहिणं जमलं नाही, तरी निदान अर्धा कॉलम भरेल एवढं तरी विनोदी साहित्य लिहा. तुम्ही विनोदी चांगलं लिहू शकाल याची खात्री वाटली म्हणूनच मी नियमितपणे लिहायला सांगत आहे. यापुढं 'नवशक्ती'त नियमितपणे लिहीत चला.''

पाध्यांच्या घरी मी जाताना चालत गेलो होतो. तिथं जवळजवळ तासभर होतो. त्यांचं अमृततुल्य भाषण ऐकून मी भारावून गेलो होतो. त्या भारावलेल्या अवस्थेत असताना चालत परत येणं अगदी सामान्य वाटल्यामुळे मी येताना तरंगत-तरंगत आलो. आयुष्यात कलाटणी मिळणारा एखादा दिवस येतो. तो सुदिन पाध्ये यांच्या भेटीच्या निमित्तानं आला. मला त्या अंकाच्या निमित्तानं नेमकी पाध्यांकडे जायची बुद्धी आणि इच्छा झाली. पाध्यांनाही 'विनोदी लेखक' म्हणून माझा शोध लागला. विनोदी लेखक या नात्यानं मी पाध्यांचं फाइंड आहे, असं मी कृतज्ञतापूर्वक म्हणतो.

पाध्ये यांच्या सांगण्याप्रमाणं मी 'व्यावहारिक शब्दकोश' या माझ्या लेखाची

एक प्रत करून पाध्ये यांना दिली. रविवारच्या 'नवशक्ती'त या व्याख्या क्रमश: प्रसिद्ध होऊ लागल्या. आजही 'नवशक्ती' लोकप्रिय आहे. त्या काळात पाध्यांच्या व्यक्तिमत्त्वामुळं आणि साहित्यविषयक लेखनामुळे 'नवशक्ती' पत्र फारच लोकप्रिय होतं. या लोकप्रियतेचा लाभ मला चटकन मिळाला. प्रत्येक आठवड्याला 'वि. आ. बुवा' हे नाव हजारो वाचकांच्या दृष्टीला पडू लागलं. मासिकाच्या तुलनेनं दैनिकांचा खप खूप असल्यामुळे मला व्यापक प्रसिद्धी झपाट्यानं मिळाली. त्याचं श्रेयही अर्थातच पाध्ये यांच्या 'नवशक्ती'लाच आहे.

ही गोष्ट एकोणिसशे पन्नास सालाच्या सुमाराची आहे. मी 'नवशक्ती'त सुमारे वर्षभर लिहिलं. त्या वर्षभरात मला भरपूर प्रसिद्धी आणि माझ्या साहित्याच्या योग्यतेची लोकप्रियता मिळाली. माझ्या लेखनाच्या बाबतीतला प्रारंभ फार चांगल्या रीतीनं झाला आहे. फार मोठमोठ्या साहित्यिकांनाही प्रारंभीच्या काळात उमेदवारी आणि 'साभार परत' या अपरिहार्य जोडगोळीला तोंड द्यावं लागलं आहे. या बाबतीत मात्र मी अपवादात्मकरीत्या भाग्यवान आहे. माझा पहिलाच लेख श्री. प्रभाकर पाध्ये यांच्यासारख्या थोर संपादकांनी स्वत: होऊन मागवून घेऊन प्रसिद्ध केला. पहिल्या लेखालाही चांगलं मानधन दिलं. अशा प्रकारे बोहनी चांगली झाली. मी कसा लिहू लागलो, याची ही अशी कथा आहे.

मी कसा लिहू लागलो, याची कथा आता सांगून झालीच आहे. पण पुढंही कसा लिहू लागलो या बाबतीत आणखी एका संपादकाचा उल्लेख करणं आवश्यक आहे. 'हंस'चे अनंत अंतरकर यांनी मला हेरून 'हंस-मोहिनी'तून सतत लिहायला लावलं. माझ्या विनोदी लेखनाचा अंकुर आणि रोपटे पाध्यांमुळे निर्माण झालं आणि रोपट्याला पालवी फुटून विकास झाला तो अंतरकरांमुळे. मी लेखक कसा झालो याचं अधिक यथार्थ उत्तर म्हणजे, पाध्ये-अंतरकर यांच्या सक्रिय प्रोत्साहनामुळे, हे होय.

मला प्रसिद्धी चांगली मिळाल्यामुळे आणि जे काही लिहीत होतो, ते वाचकांना आवडू लागल्यामुळे (येथे माझ्या मुद्रेवर नम्रतेचा भाव आहे) मला अवघ्या एका वर्षानंतरच दिवाळी अंकांची पत्रंसुद्धा येऊ लागली. मग मात्र मी एकसारखा लिहूच लागलो. 'दिसामाजी काही तरी ते लिहावे', या रामदासस्वामींच्या उपदेशाप्रमाणं लिहू लागलो.

□□□

# .७.
# टीव्हीवरचा सिनेमा

टीव्ही यायच्या अगोदरच्या सिनेमांचं एक बरं असायचं. थेटरामधल्या पडद्यावर एकदा का सिनेमा सुरू झाला की, डायरेक्टर इंटरव्हलाच थांबायचा आणि इंटरव्हलनंतर सुरु झाल्यावर राष्ट्रगीताच्या आधी संपायचा. संपला रे संपला की, लगेच बाहेर येऊन घराच्या रस्त्याला लागल्यावर राष्ट्रगीत संपायचं. (सिनेभक्तांची वाईट खोड-दुसरं काय?) पूर्वी चांगले सिनेमाही मधून-मधून निघत असत. बाकी सगळे 'कधी संपेल' असे वाटायला लावणारे. जगात एक बरं आहे. कोणतीही गोष्ट कितीही वाईट असली तरी वाईट गोष्टीला कधी ना कधी शेवट असतो. वाईट गोष्टीला दिलासा मिळण्याचे कारण या जगामध्ये वाईट गोष्टींचाही कधी ना कधी तरी शेवट होतोच. असंच चांगल्या गोष्टींच्या बाबतीतसुद्धा उलट्या आशयानं हे खरं आहे. असो. पूर्वीच्या म्हणजे स्वातंत्र्यपूर्वकाळात सिनेमातील नाती-गोती भारतीय असत. उदाहरणार्थ, पूर्वीच्या हिंदी सिनेमात वडिलांना 'बाबा' आणि आईला 'आई' म्हणायची परंपरागत पद्धत असे. आत्या-मावशी या आँटी झाल्या नव्हत्या. आजोबा-आजी ग्रँड पा, ग्रँड मा झाल्या नव्हत्या. पुढं मात्र नातेवाचक शब्दच बदलले. आई-बाबांचे 'डॅडी-ममीकरण' झाल्यावर बाकीची सगळी नाती पटापट (फटाफट म्हणणे अधिक बरे) बदलली. हल्ली झोपडपट्टीमधला मुलगा इंग्लिश माध्यमाच्या शाळेत जातो. त्यामुळे डॅडी-ममी झोपड्यांच्या बुटक्या दरवाजाशी वाकून आत जाऊन पोहोचले.

देशातले, राज्यातले, जिल्ह्यातले, तालुक्यातले, घराघरांतले आणि माणसामाणसांतले संस्कार इतके बदलले (बिघडले हा शब्द अधिक योग्य आहे.) की, 'भारतीय संस्कृती, भारतीय

संस्कृती म्हणतात, ती हीच बरं का', असं वाटण्याइतकी ती बाटगी संस्कृती दृढमूल झाली आहे. संस्कृतीचं पाश्चात्त्यीकरण, संस्कारांचं पाश्चात्त्यीकरण, वागणं, चालचालणूक यांचं पाश्चात्त्यीकरण, दारू पिण्याचं पाश्चात्त्यीकरण, वाढदिवसाचं पाश्चात्त्यीकरण– अशी अनेक पाश्चात्त्यीकरणं अता आपण अंगवळणी पाडून घेतली आहेत.

चटकन मुद्द्याकडेच वळतो. एखादा कार्यक्रम किंवा चित्रपट टीव्हीवर बघायचा झाल्यास अनेक कटकटींना तोंड द्याव लागतं. कटकट हा कटकट या अर्थी तर घ्यावाच, परंतु cut, cut या अर्थीसुद्धा घ्यावा. या इंग्लिश cut, cut शब्दामुळे तर मराठी कटकट सुरू होते. टीव्हीवरचे सिनेमे बघताना पुढील गोष्टींना तोंड द्यावं लागतं. तोंड द्यावं लागतं म्हणजे काय, तर सहन करावं लागतं.

## (१) मूळ चित्रपटकथेतले अडथळे :

हिंदी चित्रपटाची कथा तशी सरळ-नाकासमोर बघून कधीच जात नसते. जर कथा सरळ-नाकासमोर बघून चालणारी असती, तर त्या कथेवरचा चित्रपट दुपारी साडेतीन वाजता लागलेला असेल, तर पावणेचार वाजता संपेलसुद्धा. प्रत्यक्ष कथेत काही दम नसतो. म्हणून तर कथेत अडथळ्यांची भर वारंवार घालून चित्रपटातील प्रसंग आणि वेळ वाढवावा लागतो. हिंदी सिनेमा तुम्ही नेहमी पाहत असाल. मी तर आवर्जून नेहमी पाहतो. कारण तेवढेच सुमारे तीन तास डोक्याला संपूर्ण विश्रांती मिळते. 'मेरे अंगनेमें तुम्हारा क्या काम है' या चालीवर, 'हिंदी सिनेमा देखनेमें, डोके का क्या काम है' या पद्धतीनं डोक्याचा विचार न करता मी हिंदी सिनेमा बघतो. हिंदी सिनेमा पडद्यावर सुरू झाला की, त्या सीनला पहिला अडथळा आला आहे, असं समजतो. मग पन्नास-पाऊणशे, शंभर-सव्वाशे फूट कट केल्यावर पुन्हा अडथळा. कामावरून घरी येताना गर्दीत कुणी तरी पाकीट मारलेलं असतं. सगळा 'पेरूचा पापा' (पेन, रुमाल, चाव्या, पास आणि पाकीट) गेलेला असतो. लगेच आणखी एक अडथळा येतो. नेमका त्याच वेळी खिसेकापू आपलं कर्तन-प्रावीण्य दाखवून गर्दीत गडप होतो.

पुन्हा अडथळा. स्टेशनातून बाहेर पडताना नेमका त्यालाच चेकर तिकीट विचारतो. वस्तुस्थिती दाखवूनही चेकर त्याच्यावर विदाऊट तिकीट प्रवासाचा चार्ज करतो. तो हातामधलं घड्याळ देऊन कशीबशी सुटका करून घेते. सायकलनं घरी यावं, तर दोन्ही चाकं पंक्चर. मग पायी घरी जायला निघतो. वाटेत मोटरसायकलचा धक्का लागून तो पडतो. कसाबसा घरी येतो. घराला कुलूप. शेजारी चौकशी केली असता, त्याचा लहान मुलगा तापानं फणफणू लागल्यामुळे मुलाला घेऊन बायको

दवाखान्यात गेलेली असते. तिकडे जायला निघणार एवढ्यात घरमालक येतो. तो तणतणतच येतो, ''तीन महिने झाले; भाडं तुंबलंय. आज मी भाडं घेतल्याशिवाय जाणारच नाही,'' असं म्हणून घरमालक तिथंच बसतो. तिकडे डॉक्टर बरीच औषधं लिहून देतात. वाटेत तिला स्कूटरचा धक्का लागून औषधाच्या बाटल्या फुटतात. तिला मार लागतो. वगैरे वगैरे वगैरे वगैरे अडथळ्यांचा धूमधडाका! ती शेवटी मंगळसूत्र गहाण ठेवते आणि पुन्हा औषधं आणते. त्यानंतर घरी आल्यावर तिला चक्कर येते. ती दुसऱ्या खेपेला माँ बननेवाली थी. हिंदी सिनेमात अशा एका मागून एक अडथळ्यांची, समाप्तची पाटी पडद्यावर येईपर्यंत, खैरात असते. अन्नाचा हातात घेतलेला घास तोंडापर्यंत येतोय 'तेवढ्यातल्या तेवढ्यात पिताजी गावमें गुजर गये' ही तार येते. स्टेशनवर गेल्यावर थोडक्यात गाडी चुकते. पुन्हा दुसरी गाडी पहाटे पावणेतीन वाजता, तेरा तासांनंतर. हिंदी सिनेमावाल्यांना हे इतके योगायोग फटाफट सुचतात तरी कसे, हा प्रश्न मला नेहमी पडतो.

मी जेव्हा जेव्हा हिंदी सिनेमा पाहतो तेव्हा तेव्हा सर्व सिनेमाभर असला अडथळ्यांचा कार्यक्रम सुरू असतो. हिंदी सिनेमाच्या कथेत सुरळीत काहीही पार पडतच नाही. एकसारखे अडथळे, एकसारखे अडथळे, एकसारखे अडथळे. संपूर्ण हिंदी सिनेमा म्हणजे अडथळ्यांची मांदियाळी! कुणी काहीही करायला घेऊ द्या, सर्वांत अगोदर अडथळा तिथं आपलं कार्य करायला हजर असतो. हिरोईन एकटी कुठं चालली असेल; पाठोपाठ व्हिलन तिची छेड काढायला तयार असतोच. तिच्या जाण्यात अडथळा! साडी खराब होते, ब्लाऊज फाटतो. हेही अडथळेच.

हिंदी सिनेमांच्या कथानकात लेखक-निर्माते ह्यांनी– शत्रूनं जसं जागोजाग सुरुंग पेरून ठेवलेले असतात त्याप्रमाणे– अडथळे पेरून ठेवलेले असतात. वेळ आली की, उडाला पहिला सुरुंग, वेळ आली की उडाला दुसरा सुरुंग; तसं अडथळ्यांचं आहे. घरातली सगळी माणसं तिन्हीसांजा झाल्यावर घरी आली आहेत, त्यांनी हातपाय धुऊन देवापुढं दिवा लावल्यावर 'शुभं करू त्वम' म्हणत आहेत, असं दृश्य दिसत आहे. पंगत करून जेवायला बसली आहेत, झोपताना 'आकल्प आयुष्य व्हावे तया कुळा' हा नामदेवमहाराजांचा अभंग म्हणून झोपी जात आहेत; सकाळी उठल्यावर 'कराग्रे वसते लक्ष्मी:' म्हणत आहेत; हे सगळं सांस्कृतिक वातावरण सोडून अडथळ्यांनी भरलेले सिनेमे मात्र पाहत असतात. हिंदी सिनेमात सरळ काही घडत गेलं, तर मग तो हिंदी सिनेमा कसला? विमानानं गेला की विमानाला अपघात, पोहायला गेला की बुडाला; काय वाटेल ते होत राहतं. हिंदी सिनेमाची कथा लिहिताना लेखक संवाद दोन मिनिटं— लगेच अडथळा, पुन्हा संवाद– दुसरा अडथळा, पुन्हा संवाद– पुन्हा तिसऱ्यांदा अडथळा, पुन्हा चमचाभर

संवाद– पुन्हा चौथ्यांदा अडथळा... असं करत-करत पंचाहत्तराव्यांदा अडथळा, असं सुरू राहतं. त्यामुळे मुळातली पंधरा मिनिटांची स्टोरी तीन तास ताणता येते.

टीव्हीवर जेव्हा आपण हिंदी फीचर फिल्म्स बघतो, तेव्हा सर्वांत प्रथम सिनेमातल्या शे-पाऊणशे अडथळ्यांतून तरून जावं लागतं.

## (२) जाहिराती

टीव्हीचा अडथळा हा दत्तक वैताग आहे, तर जाहिराती हा औरस वैताग आहे. टीव्हीवर कोणताही कार्यक्रम सुरू असू दे; जाहिराती मुसंडी मारून घुसतात आणि कार्यक्रमाची पार ऐशी की तैशी करून टाकतात. सततचं आणि अचानकचं सातत्य सांभाळत जाहिराती घुसडत राहिल्यामुळे त्या झक् मारत बघणंच भाग पडतं. कारण आपण मुख्य कार्यक्रम पाहण्यासाठी टीव्ही लावलेला असतो. एकदा एक  चांगला सिनेमा टीव्हीवर चुकून लागला होता. त्या सिनेमाच्या प्रायोजकानं प्रेक्षकांवर सूडच उगवला होता. मिनिटामिनिटाला जाहिरात. दोन मिनिटं गेली की पुन्हा तीच जाहिरात. आणखी दोन मिनिटांचे संवाद पुढे सरकले की, पुन्हा तीच जाहिरात. अशा प्रकारे एकोणसत्तर वेळा तीच ती जाहिरात पाहून काय अवस्था झाली असेल याची कल्पना करा. त्या सिनेमातला प्रत्येक प्रसंग त्या जाहिरातवाल्यानं स्पॉन्सर केला होता. हे गाणं ह्यानं स्पॉन्सर केलं आहे, हे डायलॉग्ज या जाहिरातदारानं स्पॉन्सर केले आहेत, हे गाणंसुद्धा आम्हीच स्पॉन्सर केलं आहे, हा लव्ह सीन आम्हीच स्पॉन्सर केला आहे, ही भीषण आगसुद्धा आम्हीच प्रायोजित केली आहे... असं करता-करता टीव्हीसमोर बसलेल्या प्रेक्षकांचे डोळे मिटू लागले. नंतर सरळ झोपलेसुद्धा. तेव्हा प्रायोजकाचा प्रवक्ता म्हणाला, थेटरातल्या एक हजार प्रेक्षकांना आम्हीच झोपवलं आहे. त्या जाहिरातीनं कहर केला होता. टीव्हीवरच्या जाहिरातींची संख्या एवढी प्रचंड असते की, त्यात सर्व कार्यक्रम गुदमरून जातात. जाहिरात मिळते ना; सोडायची नाही. बातम्यांवरसुद्धा जाहिरातींनी आक्रमण केलं आहे.

## (३) व्यत्यय

टीव्हीच्या बाबतीत आणखी एक वैताग असतो. अडथळे आणि जाहिराती सहन करत-करत आपण कार्यक्रम पाहत असतो, परंतु टीव्हीला ते पाहवतच नाही. आपलं स्वतःचं काहीतरी योगदान असलं पाहिजे, असं टीव्हीला नेहमी वाटत असतं. म्हणून चालत्या गाडीला खीळ घालण्याचा, म्हणजेच व्यत्यय आणण्याचा कार्यक्रम सुरू केला. खूप वर्षांपासून हा कार्यक्रम टीव्हीकडून सादर

केला जातो. या कार्यक्रमासाठी टीव्हीला एका पैशाचाही खर्च येत नाही. नुस्ती 'व्यत्यय' अशी पाटी टीव्हीच्या पडद्यावर दाखवायची. ही पाटी प्रेक्षकांना आधी कंटाळा, मग वैताग, मग राग, मग संताप आणि मग टीव्ही...टिंब टिंब होईपर्यंत पडद्यावर मख्खपणे ठेवायची. 'व्यत्यय' सुरू असेपर्यंत प्रेक्षकांना वरील चढत्या मनोवस्थेत बसून राहावं लागतं. व्यत्यय हा स्थितप्रज्ञासारखा असतो. त्याला त्याचं काही देणं लागत नाही, काही येणं लागत नाही. टीव्ही बघणाऱ्याला व्यत्यय चांगलाच परिचित आहे.

### (४) वीज बंद

टीव्ही एकटा काही प्रेक्षकांना हैराण करू शकत नाही, म्हणून इतरांच्या सहकार्याने हैराण करणं सुरू असतं. चित्रपटाच्या कथेत अनेक अडथळे निर्माण करूनच ती कथा सादर केली जाते. अडथळ्याचा कार्यभार चित्रपटकथेनंच स्वीकारला आहे. जाहिरातींद्वारा प्रेक्षकांना बोअर, बोअर, बोअर करण्याच्या कामाचा वाटा जाहिरातींनी अतिउत्साहानं स्वीकारला. त्यातच टीव्हीनं बिनखर्चाचा 'व्यत्यय'चा कार्यक्रम स्वत: सादर करत जाऊ, असं सांगितलं. हा झाला टीव्हीचा वाटा. टीव्हीचे कार्यक्रम विजेवर चालतात. वीज मंडळाचाही हातभार लागलाच पाहिजे. आधीचे तीन प्रकार प्रेक्षकांनी पचवून हुश्श केलं की, तेवढ्यात लाईट जातात. वीजपुरवठा बंद होतो. वीज बंद हा प्रकार नको असलेल्या चिकट पाहुण्यासारखा असतो. पाहुणा पूर्वसूचना न देता अचानक येतो आणि अनिश्चित काळपर्यंत राहतो. माणसं कंटाळून गेली तरी त्याचं वीज बंदला काही वाटत नाही. लाईट आले म्हणून आपण आनंद व्यक्त करतो; पण हे खोटं आहे. प्रकाश देण्यासाठी लाईट येत नसून पुन्हा (पुन्हा) जाण्यासाठी आधी लाईट येणं, ही क्रिया होणं आवश्यक असते. म्हणून मधून-मधून लाईट येत असतात. महत्त्वाचा कार्यक्रम टीव्हीवर सुरू होतो न होतो तोच वीज बंद! सगळा सोहळा संपल्यावर टीव्हीवर गजकर्णाच्या जाहिरातीनं वीज सुरू होते. बिल क्लिंटन, आपले मोनिका लेविन्स्कीशी शरीरसंबंध- -- फक् लाईट गेले. शरीरसंबंध 'होते' की 'नव्हते', हे कळलंच नाही. खूप उशिरा लाईट आले तेव्हा पडद्यावर 'हे होतं गडचिरोली जिल्ह्याचं बातमीपत्र. आता पुढील बातम्या.' वीज बंद प्रकार फार पॉवरबाज असतो. बोलून-चालून पॉवर म्हणजेच वीज आणि वीज म्हणजेच पॉवर! टीव्हीचं जीवन आणि निधन विजेच्या हाती आहे. वीज बंद हे एक मोठं प्रस्थ आहे. 'आले वीज बंदच्या मना, टीव्हीचे काही चालेना' (चाल = आले देवाजीच्या मना, तेथे कोणाचे चालेना.) अशी कर्तुम्-कर्तुम् शक्ती वीज बंदच्या ठायी आहे.

## (५) वैताग

राहता राहिले टीव्हीचे एक महत्त्वाचे घटक असे प्रेक्षक. प्रेक्षक आपण होऊन म्हणाले, 'वैताग' आमच्याकडे पाठवा. आम्ही वैताग घेतो. समुद्रमंथन झालं तेव्हा त्यातून आलेल्या चांगल्या वस्तू इतरांनी घेतल्या. त्यातून आलेलं हलाहल विष मात्र शंकरानं घेतलं होतं. प्रेक्षक शंकरासारखेच असतात. अडथळे, जाहिराती, व्यत्यय आणि वीज बंद अशी सर्व गोष्टींशी सतत संबंध येत असताना वैताग येणं अगदी स्वाभाविक आहे. वैतागाचा भार प्रेक्षकांनी घेतला.

एवढ्या विवेचनानंतर टीव्हीवरचा प्रत्यक्ष सिनेमाच पाहू या. आचार्य अत्रे यांच्या जन्मशताब्दीनिमित्त आचार्य अत्रेलिखित, त्या काळात अत्यंत लोकप्रिय झालेला 'ब्रह्मचारी' हा चित्रपट टी. व्ही. नं सादर केला आहे, असं समजा. त्यापूर्वी एक टीप : कथा आचार्य अत्रे यांची असल्यामुळे हिंदी फिल्मी ढंगाचे अडथळे यात नाहीत. गैरसोइबद्दल दिलगीर आहोत.

### ब्रह्मचारी

**लेखक :** आचार्य अत्रे. दिग्दर्शक :

**जाहिरात :** नेहमी नेहमी खरूज होत असेल, तर 'खरूजगॉन' मलम वापरा. तुमच्या घरातले सर्व जण खरूजमुक्त होतील.

**चित्रपट :** मास्टर विनायक. प्रमुख भूमिका– मास्टर विनायक आणि नवतारका मी-

**जाहिरात :** 'खाडाखोड' रबरानं खोडा. पेन्सिलचा व्रणसुद्धा दिसत नाही. सर्वांचा आवडता रबर 'खडाखोड'!

**चित्रपट :** नाक्षी (पहिलं अक्षर वरील जाहिराती आधी पडद्यावर दाखवलं होतं, ते इथं जोडून घ्या. जाहिरातीसाठी मीनाक्षी हे नाव मध्येच तोडावं लागलं, याबद्दल आम्ही दिलगीर आहोत.)

**चित्रपट :** दामूअण्णा मालवणकर आणि जा-

**जाहिरात :** काय? तुमच्या घरात सर्वांच्या डोक्यात उवा झाल्या आहेत काय? तर मग 'ऊगो' वापरा. तुमच्या डोक्यात असलेल्या शेकडो उवांचा कर्दनकाळ म्हणजे 'ऊगो'!

**चित्रपट :** वडेकर (मघाशी 'जा' उच्चारून झालं आहे.) विष्णुपंत जोग आणि साळवी.

**जाहिरात :** महिन्याच्या टिंब टिंब दिवसात बिनधास्त वापरा. सर्व केमिस्टांकडे मिळते.

प्रत्यक्ष चित्रपटांचे संवाद सुरू :

**जटाशंकर :** ब्रह्मचर्य हेच राष्ट्राचं जीवन आहे. ब्रह्मचर्य हेच राष्ट्राचे चैतन्य आहे. ब्रह्मचर्य हेच राष्ट्राचं हे आहे. ब्रह्मचर्य हेच राष्ट्राचं ते आहे.

**जाहिरात :** ब्रह्मचर्य पाळूनही 'सुख' मिळवू शकता. 'हम दो हमारे दो'– बस्स; नंतर 'निरोध'!

**औदुंबर :** मला कुणी तरी धरा, आवरा. माझ्या अंगात मारुतिराय संचारले आहेत. आमचा देश, आमचं राष्ट्र आज कुठं आहे?

## व्यत्यय

दहा मिनिटांनी चित्रपट पुन्हा सुरू.

**चकोर :** लग्न झाल्या दिवशीच मी ब्रह्मचर्याची दीक्षा घेतली. लग्नादिवशीच बोहल्यावरून पळून गेलो. आजतागायत तिचं तोंड पाहिलं नाही.

**एक जण :** हे बुवा ब्रह्मचारी आहेत.

**दुसरा :** मीसुद्धा लहानपणी बालब्रह्मचारी होतो. या चकोरासारखा घोड-ब्रह्मचारी नव्हतो.

**जाहिरात :** टिंब टिंबंना आकर्षक उठाव येण्यासाठी नेहमी ब्राफिट वापरा. सर्वत्र उपलब्ध.

**जटाशंकर बुवा :** ब्रह्मचर्य हा विषयच तसा आहे. बिडी काढा. या विषयाचं महत्त्वच लोकांना कळत नाही.

**चकोर :** आपण राहणारे कुठले?

**बुवा :** तिकडे वऱ्हाडकडे आमचं गाव आहे.

**चकोर :** बायको-मुलं तिकडेच असतील?

**दुसरा :** लेका, ते ब्रह्मचारी आहेत. बायको-मुलं कुठून आणणार?

**दुसरा :** बुवा महाराजांच्या घराण्यात यांचे पूर्वज तर एकापेक्षा एक सरस ब्रह्मचारी होऊन गेले. बुवांच्या घराण्याच्या मूळ पुरुषापासूनच ब्रह्मचर्य पाळण्याचं कडक व्रत पिढ्यान् पिढ्या सुरू आहे.

## वीज बंद

घरात अंधार. धडपडत मेणबत्त्या शोधणं सुरू. काड्यांची पेटी सापडत

नाही. (“वीज मंडळाच्या टिंबं टिंबं! टिंबं टिंबं... लेकाचे! बिल मात्र भरमसाट पाठवतात. लाईट कधी येणार; सांगता येत नाही.” सुमारे पंधरा मिनिटांनंतर वीजपुरवठा सुरू होतो. मधला सिनेमा अर्थातच गायब! वीज बंदच्या अंधारानं सिनेमाचा तेवढा भाग गिळून टाकला. ‘ब्रह्मचारी’चा पुढील भाग सुरू. दृश्य-आगगाडीचा आतला भाग)

**किशोरी (औदुंबरास) :** अहो, खुशाल माझ्या सामानावर पाय टाकून झोपलात? काही मॅनर्स आहेत की नाहीत? उठता की नाही?

**औदुंबर :** अंगाला हात-

**जाहिरात :** अंगाचा सर्वोत्कृष्ट साबण– ‘मनपसंत!’ मनपसंत साबण लावून अंघोळ केल्यास पोटाचे सर्व विकार नष्ट होतात, डोकेदुखी थांबते, जुलाब थांबतात, पोटदुखीला आळा बसतो, कंबर दुखणं बंद होतं, सर्दी गायब होते, भूक उत्तम लागते, पचनशक्ती वाढते, झोप चांगली लागते आणि शौचाला साफ होते; असा आमचा दावा मुळीच नाही, पण हा साबण लावून अंघोळ केल्यावर प्रसन्न वाटून अंगात तरतरी येते, असं मात्र आम्ही खात्रीनं सांगतो.

**जाहिरात :** पांढऱ्या शुभ्र वस्तूंत आमच्या ‘व्हाईट ब्राईट’ साबणानं कपडे धुतल्यास, पांढरे शुभ्रपणात अजून तरी आमच्या ‘व्हाईट ब्राईट’ साबणाचा क्रमांक अजून दुसराच आहे. आम्ही पहिला क्रमांक पटकावण्याचे अनेक प्रयोग आमच्या प्रयोगशाळेत केले, परंतु पांढरे शुभ्रपणात पहिला क्रमांक मिळाला नाही. म्हणून आम्ही पांढरेपणातल्या दुसऱ्या नंबरवरच समाधान मानलं. हा साबण वापरणारे तुम्हीही याच नंबरवर समाधान माना. कारण साडेचार अब्ज वर्षांपूर्वी जन्मलेल्या सूर्यानं जन्मलेल्या दिवसापासून पांढरा-पांढरा शुभ्र दिसण्यात पहिला नंबर पटकावलेला आहे. तो पहिला नंबर सोडायलाच तयार नाही. सूर्यानंतर मात्र आमच्याच साबणाचा नंबर आहे, हे नम्रपणे सांगत आहोत.

**औदुंबर :** (जाहिरातीमुळे राहिलेलं वाक्य-) लावू नका (अंगाला हात– जाहिरातीपूर्वीचं बोलून झालं आहे). लांबून बोला. पुरुषाच्या अंगाला खुशाल हात लावता की!

**किशोरी :** चांगले पुरुष आहात की! दिवसा-ढवळ्या बायकांच्या डब्यात शिरलात की!

**औदुंबर :** काय म्हणता? हा बायकांचा डबा आहे? (औदुंबर नाक दाबतो)

**औदुंबर :** काय घाण सुटली आहे! काय डोक्याला लावलंय, कुणास ठाऊक?
**किशोरी :** कामिनिया तेलाचं नाव ऐकलंत का जन्मात कधी?
**औदुंबर :** कामिनिया होय?
**किशोर :** तुम्हाला काय वाटलं? तुमच्यासारखं एरंडेल तेल लावते होय मी केसाला?
**औदुंबर :** मी डोक्याला एरंडेल तेल लावतो काय?
**किशोरी :** कुणास ठाऊक? एरंडेल लावता की घासलेट?
**औदुंबर :** काय हो, तुम्ही सिनेमा कंपनीत काम करता काय?
**किशोरी :** तुम्ही कुठं असता, पांजरपोळात?
**जाहिरात :** बॉस : कामावर यायला उशीर का झाला?
**कारकून :** गाडी लेट आली.
**बॉस :** उद्यापासून वेळेवर येत जा.
**कारकून :** ते कसं शक्य आहे?
**बॉस :** हे लेटर घेऊन अमुक तमुक डीलरकडे जा. ते तुम्हाला 'वायुवेग' स्कूटर देतील. तिच्यावर बसून वेळेवर येत जा. (दुसरे दिवशी)
**कारकून :** सर, मी आज वेळेवर येऊ शकलो तेसुद्धा घरातून उशिरा निघून! आभारी आहे सर.
**बॉस :** माझे कसले आभार मानता? वाऱ्यासारखी सुसाट धावणाऱ्या 'वायुवेग' स्कूटरचे आभार माना.
**औदुंबर :** अहो मिस्टर, बंद करता की नाही तुमचं धूम्रपान? माझा प्राण...

## व्यत्यय

**औदुंबर :** कासावीस झालाय! (इथं व्यत्ययपूर्वीचा प्राण शब्द जोडून घ्यावा.)
**किशोरी :** अहो, त्यांचं काय ऐकता? खुशाल ओढा सिगारेट!
**औदुंबर :** तुम्ही कोण त्यांना सांगणार? (किशोरीचं कुत्र औदुंबरशी लगट करतं) अरे हड्! प्रवास करताना कुत्री, मांजरं, उंदीर, घुशी कशाला ह्यांना लागतात, कुणास ठाऊक?

**संवाद सुरू. केबलवाल्याची जाहिरात–** पंधरा दिवसांत इंग्लिश टायपिंग आणि एकवीस दिवसांत शार्टहँड शिका. पत्ता : तुमच्या घराजवळच! डॉक्टर येता घरा! डॉ. वैतागवाडीकर यांचा दवाखाना. ऑफिसात सादर करायच्या मेडिकल सर्टिफिकेटांचे स्पेशालिस्ट. आत्तापर्यंत

असंख्य कर्मचाऱ्यांच्या आजारपणाच्या रजा पास झाल्या आहेत. पत्ता : तुमच्या घराच्या परिसरातच!

**जाहिरात :** केस कापायचे? नो प्रॉब्लेम. तीन मिनिटांच्या अंतरावर तीन खुर्च्यांचं हेअर कटिंग सलून. आमच्या 'केशभूषा' सलूनमध्ये या आणि हीरो म्हणून डायरेक्ट सिनेमात जा.

(वरील सर्व केबलवाल्यांच्या जाहिराती, त्या आधीचे संवाद सुरू असताना त्या पात्राच्या अंगांवरून जाडजूड अक्षरात सरकत असतात.)

**किशोरी :** अहो, त्याला मारता काय? ते माझं कुत्रं आहे.

**औदुंबर :** गप्प बसा. मूर्ख माणसाबरोबर बोलायचं नाही, अशी मी प्रतिज्ञा केली आहे.

**किशोरी :** पण मी तशी प्रतिज्ञा केली नाही, म्हणून तुमच्याशी मी बोलू शकते.

## वीज बंद

(काही वेळानं वीजपुरवठा सुरू होतो.)

**स्वावलंबन विद्यामंदिर, कामशेत**

अशी पाटी दिसते.

**चंडीराम :** तुमचं नाव औदुंबर आहे काय? तुम्ही बी. ए. आहात काय? आहात काय?

**औदुंबर :** मी बी. ए. जी. आहे. शेतकी विषयात पदवी मिळवली आहे.

**चंडीराम :** फारच छान! राष्ट्राला आज बी. ए जी. ची गरज आहे. तुमच्यासारखे स्वार्थत्यागी तरुण मिळतात कुठं! आमच्या संस्थेचे नियम फार कडक आहेत हं.

**औदुबर :** ऐकलं आहे मी.

**चंडीराम :** इथं पगार-बिगार काही नाही!

**औदुबर :** मग उपजीविका? (हे संवाद सुरू असताना चंडीराम आणि औदुंबर यांच्या अंगावरून जाड-जाड अक्षरांतल्या जाहिराती सरकत-सरकत जातात. केबलवाल्याच्या जाहिराती.)

**जाहिरात :** 'धवलक्रांती' लॉड्रीत कपडे द्या. अंधारातही कपड्यांचा प्रकाश दिसेल. त्या प्रकाशात वाचा किंवा लिहा. तुमच्याच परिसरात आमची लाँड्री आहे.

| जाहिरात : | 'हंड्रेड परसेंट' क्लासमधे या आणि परीक्षेत शंभर टक्के यश मिळवा. तुमच्या घराजवळच! |
|---|---|
| जाहिरात : | 'धन्वन्तरी' हॉस्पिटल. या आणि मृत्युंजय होऊन घरी जा. पाच मिनिटांच्या अंतरावर. काय? नुकताच सातवा महिना लागला? सुलभ प्रसूतीसाठी आताच नाव नोंदवा. बाळ-बाळंतीण दोघे सुखरूप, ही आमची स्पेशालिटी. |
| जाहिरात : | 'गोकुळ' शुद्ध दूध. दूध काढण्यापूर्वी बारा तास आम्ही म्हशीला पाणी पाजत नाही, इतके निर्भेळ दूध! |

पुढील संवाद सुरू.

| चंडीराम : | आपले पाय आमच्या मंदिराला लागले, हे केवढं मोठं आमचं भाग्य! |
|---|---|
| गौरीशंकर : | गेल्या वर्षापासून मी... |

## व्यत्यय

(दहा मिनिटांनी)

तुमच्या मंदिराला भेट देईन देईन-म्हणत होतो.

| चंडीराम : | आपल्या कन्येलाही आणलंत? आनंद वाटला. ही माझी मुलगी त्रिवेणी. मंदिराची व्यव... |
|---|---|

## वीज बंद

(काही वेळाने)

(पोहण्याच्या ड्रेसात किशोरी तलावापाशी उभी.)

| किशोरी: | या पोषाखात मी कशी दिसते? |
|---|---|
| औदुंबर: | भीमरूपी महारुद्रा वज्र हनुमान मारुती... कृपा करून हा प्रश्न मला विचारू नका. मी ब्रह्मचारी आहे. मला बायकांचं सौंदर्य... |

## वीज बंद

(दोन मिनिटांनी सुरू)

| किशोरी: | यमुना जळि खेळू खेळ कन्हय्या |
|---|---|

का लाजता?

हालती कशा या लाटा

फुलतो शरीरी काटा

का हो दूर राहता

प्रेमगंगा ही वाहता

घ्या उडी घ्या का पहाता

चला ना!

बहुमोल अशी ही वेळ

अरसिका का दवडिता?

(पोहण्याच्या तोकड्या ड्रेसमुळे जास्तीत जास्त अंग उघडं दिसतं; पण टीव्ही प्रेक्षकांचं दुर्दैव. नेमक्या त्याच वेळी केबलवाल्या ठळक अक्षरांतल्या जाहिराती दाखवून रंगाचा बेरंग करतात.)

**जाहिरात :** 'धी बेस्ट टेलर्स' एक नूर आदमी, दस नूर कपडा!

यासाठी या. दुकान अगदी जवळ आहे.

"आबाजी आइस्क्रीमवाले. अगदी जवळ आहे."

"चपला सँडल्स दुरुस्ती? - कोपऱ्यावरचा फुटपाथ."


### व्यत्यय


**जाहिरात :** 'चकाचक' भांड्यांची पावडर!

**मोलकरीण :** मी काम सोडून जाते. भांड्यांचा पावडर चांगली न्हाय. झाल्या दिवसाचा पगार द्या.

**मालकीण:** अगं, असं करून नकोस शेवंता, तुझ्यासाठी खास 'चकाचक' पावडर आणली आहे. ही पावडर लावली की भांडी आपण होऊन स्वच्छ होतात!


### वीज बंद
### जाहिराती
### केबलवाल्यांच्या जाहिराती
### व्यत्यय


टीव्हीवरचा सिनेमा कसा असतो याची ही केवळ झलक आहे. आपण

चांगला सिनेमा आहे म्हणून बघावं, तर वरील सर्व गोष्टींच्या कचाट्यात त्या सिनेमाची अक्षरश: खांडोळी-खांडोळी झालेली असतात. तरीही हजारो लोक शतखांडोळी झालेला टीव्हीवरचा सिनेमा पाहतात. मुख्य कारण तो चकट फू बघायला मिळतो. थिएटरमधे जाऊन बघायचं, तर त्याला पैसे पडतात. झाला तर जाहिराती, व्यत्यय वगैरेंचा त्रास होत असतो; नाही असं नाही. तरी पण घरबसल्या फुकटात पाहायला मिळतोय, तर थोडासा त्रास सहन केला पाहिजे, ही चित्रपट बघण्यामागची त्यांची 'तात्त्विक' भूमिका अशी असते. फुकट हा शब्द अतिशय लोकप्रिय आहे. फुकट या शब्दाइतकी अफाट लोकप्रियता दुसऱ्या एखाद्या शब्दाला क्वचितच मिळाली असेल. फुकटला पर्यायी असा दुसरा एखादा शब्द अजूनपर्यंत तरी सापडला नाही. केवळ फुकट आहे, म्हणून काही माणसं मारसुद्धा खातात. मिळतोय ना फुकटात? घ्या दोन-चार दणके, धपाटे, रपाटे– जो काही पदरात पडेल तो. त्या मानानं टीव्हीवरचा सिनेमा अशा लोकांना सहज सुसह्य वाटतो.

आता 'ब्रह्मचारी' सिनेमाचा थोडासाच भाग सादर केला. याऐवजी हिंदी सिनेमा दाखवला असता, तर कथानकाच्या अडथळ्यांनी हैराण झाला असता. लोक आता अडथळेवाले सिनेमे पाहून-पाहून चांगले सीझन्ड झाले आहेत. त्यांना काहीही चालतं. कथानक कुठवर आलं आहे, पुढं काय होणार आहे, वगैरेंच्या भानगडीत पडत नाहीत. टीव्हीच्या पडद्यावर काही तरी चाललंय ना; झालं तर! काय ही समाधानी वृत्ती! पडद्यावर कुणी तरी तावातावानं बोलत असतो, दुसरा ऐकत असतो. ध्यानी-मनी नसताना, बोलणारा माणूस ऐकणाऱ्याच्या सॉलिड थोबाडीत मारतो. का मारलं, हे कळायच्या आत 'झुरळ, डास, कीटक मारण्यासाठी नेहमी इनसेक्टिसाइडचे फवारे मारा'ची जाहिरात येते. पाठोपाठ नुसत्या डासांना मारायच्या औषधांच्या जाहिरातींचा मारा सुरू होतो. लगेच कपड्याचे साबण आणि अंघोळीचे साबण अजीर्ण होईपर्यंत दाखवतात. मग बऱ्याच वेळात 'व्यत्यय' सादर केला नाही, हे लक्षात आल्यावर 'व्यत्यय'ची पाटी लावतात. त्याच वेळी वीज मंडळाच्या लक्षात येतं की, बराच वेळ झाला वीज बंद केली नाही. हे सगळं एका पाठोपाठ घडत असतं. लाईट त्यांच्या चालीनं त्यांच्या योग्य वेळी सुरू होतात.

तोपर्यंत मघाशी थोबाडीत खाल्लेला सुटाबुटातला तरुण, तो त्या सिनेमातल्या हीरो असल्याचं समजतं. मग हिरोईनसह रानावनातून, समुद्रकाठावरून, डोंगर, कडेकपाऱ्यातून द्वंद्वगीत म्हणून भटकतो. या द्वंद्वगीताच्या पीरियडमधे गवताळ प्रदेश आल्यास तिथं दोघेही गवतावर एकमेकांवरून लोळत गाणं म्हणतात. गवत मुबलक असल्यामुळे गवताच्या काड्या तोंडात धरून गाणं म्हणतात. अशा वेळी हीरो बैलासारखा दिसतो आणि हिरोइन गाईसारखी दिसते. एका गाण्यानं सुमारे

पाचशे हेक्टर प्रदेश कव्हर केलेला असतो. गाणं संपल्याबरोबर लगेच जाहिरातींचा मारा सुरू होतो.

नेहमी माटाची पादत्राणे वापरा. आमची पादत्राणं अमुक रुपये नव्व्याण्णव पैशांना मिळत नसून संपूर्ण अमुक रुपयांना मिळतात.

मिलॉर्ड, माझ्या बायकोपासून घटस्फोट घ्यायचा बेत मी बदलला आहे. तिनं माझ्यासाठी खेडेकर लोणचं आणलं होतं. मला फक्त खेडेकर लोणचंच आवडतं, हे तिनं ओळखलं, म्हणून घटस्फोटाचा बेत रद्द करत आहे.

हिंदी फिल्मोके हीरो के दोन मनपसंद खाद्यपदार्थ– गाजर का हलवा आणि आलूके परोठे! हमारे यहाँ हमेशा गरमागरम मिलते है. अमिताभजी कहते है ''ला जबाब!'' धर्मेंद्रजी कहते है, ''सिर्फ नामही काफी है!'' राजेश खन्नाजी कहते है, ''इतना बढिया गाजर का हलवा और आलूके पराठे आज तक मैने किसी भी फिल्म में नही खाया!''

खुजली पर अक्सीर दवा– 'खुजली ठार'! अभी एक बोतल खरीदिये और इस्तेमाल किजिए.

**वीज बंद**

**व्यत्यय**

त्यांच्या-त्यांच्या लहरीप्रमाणे सुरू असतं. व्यत्यय त्यातल्या त्यात बरा. कारण व्यत्यय संपल्यानंतर मागच्या डायलॉगला पुढले डायलॉग जोडतात. परंतु वीज बंद झाली की बसा टाळ्या वाजवत. जेव्हा केव्हा पुन्हा वीजपुरवठा सुरू होतो, तेव्हा दहा मिनिटं, पंधरा मिनिटं, पंचवीस मिनिटं होऊन गेलेली असतात. तितक्या मिनिटांचा सिनेमा पुढं निघून गेलेला असतो. कधी कधी तर वीज बंद काळात सिनेमा सरकत-सरकत (मिनिटाला नव्वद फूट, या हिशेबानं) इतका पुढं गेलेला असतो की, पडद्यावर फक्त 'समाप्त– दि एंड' अशी पाटीच दिसते.

इतका वेळ टीव्हीवरच्या सिनेमाबद्दल सांगितलं. टीव्हीवरच्या प्रायोजित मालिका जेमतेम वीस मिनिटांच्या. सगळं मिळून पंचवीस मिनिटं धरा. एखाद्या दहा बाय दहाच्या सिंगल रूममध्ये स्वयंपाकघर, बाथरूम, हॉल, बेडरूम– सगळं कोंबून-कोंबून बसवावं त्याप्रमाणे त्या वीस-पंचवीस मिनिटांमधे शीर्षक गीत, सर्वांची नावं, प्रत्यक्ष संवाद सुरू होण्यापूर्वी प्रायोजकाची दणक्यात जाहिरात, मग धबधब्याखाली बसून उघड्यावर अंघोळ करताना तमुक साबण अंगाला लावणारी, भिजितवस्त्रा तरुणी, तिचं नयनरम्य दर्शन, नंतर बॉल पेनची जाहिरात, मग

चॉकोलेटची जाहिरात, मग कोल्ड्रिंकची जाहिरात, मग खोकल्यावरच्या औषधाची जाहिरात आणि मग मालिकेचे प्रत्यक्ष दर्शन होतं. माणसं डायलॉग बोलू लागतात.

मालिकेतील एकेका एपिसोडचा जीव किती लहान असतो; तरीही बालकामगाराकडून प्रौढ कामगारांइतकं काम करवून घ्यावं त्याप्रमाणे वीस-पंचवीस मिनिटांच्या बाल-फिल्मवर जाहिराती, अडथळे, व्यत्यय, वीज बंद, केबलवाले या सर्व गोष्टी लादल्या जातात. हे सगळं पार करून जे काही पाहायला मिळेल, त्याला त्या दिवशीचा एपिसोड पाहिला, असं समाधान मानून घ्यावं लागतं. या सीरियल्स असतात ना, त्यात मी एक गोष्ट बघून ठेवली आहे. हॉल असतो. कोचावर घरातली दोन-तीन माणसं बसलेली असतात. कशाबद्दल तरी बोलणं सुरू असतं. आपण ती सीरियल पाहत असतो. एवढ्यात दारावरची बेल वाजते. माझा मित्र एकदा मला म्हणाला होता की, अशी बेल वाजली की, त्याला वाटायचं, त्याच्याच दारावरची बेल वाजली. म्हणून तो उठून दाराकडे जात असतानाच, टीव्हीवरच्या कोचावर बसलेल्या बाई उठून त्यांचं दार (टीव्हीतलं) उघडतात. त्यांच्याकडे कुणी तरी आलेलं असतं. मग मित्राच्या लक्षात येतं की, आपली बेल वाजली नव्हती. माझ्या मित्रानं मला त्याचा हा अनुभव सांगितला, तेव्हा मी म्हणालो, "खरं आहे. बेल वाजल्यावर असा घोटाळा होतो. माझ्या घरीही बेल वाजल्यावर घोटाळा झाला होता–" असं म्हणून मी सांगू लागलो, "माझ्या टीव्हीवरच्या हॉलमध्ये तीन-चार जण कोचांवर बसली होती. त्यांच्या गप्पागोष्टी रंगात आल्या होत्या. एवढ्यात माझ्या दारावरची बेल वाजली. मी उठायच्या आतच टीव्हीवरच्या कोचावरील बाई उठल्या. त्यांना वाटलं, त्यांच्याच दारावरची बेल वाजली. नेहमीची टीव्हीवरची सवय ना? त्यामुळे मला उगीचच शंका आली, टीव्हीवरची बेल वाजली नसेल ना? बाईंनी तिकडे दार उघडलं; कुणी नव्हतं. मग मी दार उघडलं. बायको आली होती. तेव्हा टी. व्ही. वरच्या बाई पुटपुटल्या, "टारगट पोरटी! बेल वाजवतात आणि पळून जातात."

टीव्हीवरच्या मालिकांच्या बाबतीत आणखी एक डोकेदुखी असते. प्रत्येक मालिकेचा पुढचा एपिसोड आठ दिवसांनी त्याच वारी बघायला मिळतो. त्यामुळे दहा-पंधरा निरनिराळ्या मालिकांच्या मागल्या एपिसोडमध्ये काय घडलं होतं, ते कथासूत्र आठवत नाही. (हे विस्मरण नव्हे. आम्हाला काय तेवढाच धंदा आहे?) मग याचं ठिगळ त्याला, त्याचं ठिगळ तिसऱ्याला जोडून काही तरी पाहत बसावं लागतं. कोणत्याच सीरियलकडे कुणीही सीरियसली पाहत नसतं. त्यामुळे "तुम्ही काहीही दाखवा; आम्ही जसं जमेल तसं बघतो," असा संकेत नकळत ठरून गेला आहे. तेरा-तेरा भागात संपणाऱ्या मालिका परवडल्या; परंतु शंभर-दीडशे भागांमधल्या

मालिका बघताना, 'भगवान एक १३ सहारा' असं म्हणायची वेळ येते. अशीच एक अतिप्रप्रप्रदीर्घ मालिका बघत असताना एक आजोबा त्यांच्या नातवाला म्हणाले होते, ''बरं का पिंटू, ही सीरियल अगदी पहिल्या भागापासून सुरू झाली होती ना, तेव्हा मी तुझ्या एवढा शाळकरी मुलगा होतो!''

॥ इति टीव्ही-सिनेमा आख्यानम् ॥

□□□

# .८.
# तडजोड

'तडजोड' ह्या शब्दाला त्याचं असं एक व्यक्तिमत्त्व आहे. कोणताही प्रश्न चिघळत ठेवलेला असेल, तर मिस्टर तडजोड यांना बोलवा. तडजोड लगेच त्याच्या पद्धतीनं त्यातून मार्ग काढतो. दोन्ही बाजूंचे लोक ताठपणे अडून बसलेले असतात, त्यातून मार्गच निघत नाही; अशा वेळी दोघांत समन्वय घडवून आणण्याचं काम तडजोड हा शब्द करत असतो. तडजोड, नाही-नाही त्या प्रकारचे उपाय सुचवून वाद मिटवतो. तडजोड कुणालाही टोकाची भूमिका घेऊ देत नाही. तडजोड करत असलेल्या उपायात फायदाही असतो आणि तोटाही असतो. एखादी गोष्ट संपूर्णपणे पदरात पडावी, अशी आपली इच्छा असते; पण खूप प्रयत्न करूनही ती गोष्ट प्राप्त होत नाही. मग आपण तडजोड यास बोलवतो. तडजोड ताबडतोब येतो आणि सांगतो, ''असं भांडू नका, त्यापेक्षा असे करा ना– ही जी एक शंभर टक्के म्हणून आहे ना, त्यातली पन्नास त्याला द्या आणि पन्नास टक्के तुमच्याकडे ठेवा. त्यातच हित आहे. समजा, त्यानं कोर्टात केस केली आणि कोर्टानं त्याच्या बाजूनं निकाल दिला, तर सगळंच घालवून बसाल. त्यापेक्षा तुम्ही स्वत: होऊन पन्नास टक्के देऊन टाका आणि मोकळे व्हा.''

तडजोड याचा सल्ला पटतो; कारण आपण कोर्टात जाणार, वर्षानुवर्षे खटला लढवत राहणार, त्यात हजारो रुपये जाणार. त्यापेक्षा पन्नास टक्केवाली तडजोड उत्तम. तडजोडीमुळे कोणतीही गोष्ट शंभर टक्के पदरात पडत नाही, हे जरी खरं असेल तरी, काही टक्के तरी पदरात पडतात, हेही तितकंच खरं आहे. 'काही मला-काही तुला' हे तडजोडीच्या कार्याचे बोधवाक्य आहे. संस्कृतमध्ये सांगायचं झाल्यास, 'त्वयार्धं

मयार्धम्' या शब्दांत सांगता येईल. दोन्ही पार्ट्या अटीतटीला आल्या असता, त्यांच्यात समझोता घडवून आणण्याचं काम तडजोडाला करावं लागतं.

तडजोड आहे म्हणून बरेच प्रश्न सुटतात. तडजोड या शब्दाचा जन्मच झाला नसता, तर फार मोठी पंचाईत झाली असती. शेवटी परमेश्वरालाच काळजी! त्याने तडजोडला जन्माला घातलं, वाटाघाटी हा शब्द तडजोडचा प्रतिनिधी असतो. तडजोडीआधी वाटाघाटीला पाठवतो. वाटाघाट हा शब्द अगोदर येऊन बोलणी सुरू करतो. वाटाघाट हा शब्द आपल्या मूळ मुद्द्यालाच चिकटून बसतो. देवाण-घेवाण करायला तयारच नसतो. वाटाघाट शब्दाच्या या स्वभावामुळे बहुतेक वेळा वाटाघाटी फिसकटल्याचंच ऐकायला येतं. (आधार : वर्तमानपत्रातल्या यासंबंधीच्या बातम्या वाचा.) दोन्ही पक्षांनी वाटाघाटी फिसकटल्याचं जाहीर केल्यावर मग मात्र तडजोड शब्दाला पाऊल उचलावंच लागतं. तडजोड शब्द तिथं जातो आणि म्हणतो, "दोन्ही पक्षांनी असं ताणून धरलं, तर प्रश्न कधीच सुटणार नाही. दोघांनीही समजंसपणा दाखवला तर या बैठकीत प्रश्न संपेल." तडजोड शब्दाचा सल्ला ऐकला की प्रश्न सुटतात, अशी किती तरी उदाहरणं देता येतील.

एक हॉटेल होतं. होतं लहानसं, चार टेबलांचं. गिऱ्हाईकच येत नव्हतं. गल्ल्यावर मालक डुलक्या घेत बसलेला असे आणि वेटर एका टेबलाजवळच्या खुर्चीवर बसून मालकाचं अनुकरण करत होता. एकदा एक फिरता सेल्समन त्या हॉटेलात आला. मुद्दामच आला होता. कारण बराच वेळ बसून त्याला हिशेब-ठिशेब करायचे होते. चहा घेतला आणि तो हिशेबाचं काम करत बसला. जवळ-जवळ तीन तास तो तिथं बसला होता. त्याच्या लक्षात एक गोष्ट आली होती. तेवढ्या वेळात त्या हॉटेलात चिटपाखरूसुद्धा आलं नव्हतं. त्यामुळे हे हॉटेल कसं काय चालत असेल याची त्याला जिज्ञासा निर्माण झाली. निवांतपणे जांभया देत बसलेल्या वेटरला विचारलं, "हे हॉटेल अजिबात चालत नाही, असं दिसतं. तुला पगार तरी मिळेल का?"

"कसला पगार घेऊन बसलात न् काय?" वेटर म्हणाला, "सहा-सहा महिने पगार मिळत नाही."

"मग तू काय करतोस?" सेल्समननं विचारलं, "मी काऊंटरपाशी जाऊन मालकाशी जोरजोराने भांडतो. सहा महिन्यांचा सगळा पगार आताच्या आता द्या!" मग मालक म्हणतात, "आपलं हॉटेल अजिबात चालत नाही, हे तू रोज पाहतोस." मग मी म्हणतो, "ते मी जाणत नाही. माझा सहा महिन्यांचा पगार द्या!" त्यावर मालक मला म्हणतात, "तू काय कर, हे हॉटेल मालक या नात्याने तूच चालव, मी वेटर म्हणून तुझ्याकडे नोकरीस राहतो."

“बरं मग? पुढं?” सेल्समननं विचारलं.

“मग मी मालक होतो अन् मालक वेटर होतात. अजिबात गिऱ्हाईक नाही, अशा अवस्थेत सहा महिने जातात. पूर्वमालक असलेला वेटर मला म्हणतो, “माझा सहा महिन्यांचा पगार ताबडतोब द्या!” तेव्हा मालकाच्या भूमिकेतून मी म्हणतो, “आपलं हॉटेल अजिबात चालत नाही, हे तुला पक्कं माहीत आहे. एकदम मी सहा महिन्यांचा पगार कुठून देऊ? पाहिजे तर तूच मालक हो आणि हॉटेल चालव. मी पुन्हा होतो तसा वेटर होतो. मग मालक मालकाच्या जागी जाऊन बसतात आणि मी वेटर होतो. सहा महिन्यांनी तुंबलेल्या पगारावरून हेच नाटक होते. पुन्हा मी मालक आणि मालक वेटर होतात. पुन्हा सहा महिन्यांची याच्या उलट. हे असं गेली दहा वर्षं सुरू आहे.”

“ह्या असल्या प्रकाराला म्हणायचं तरी काय?” सेल्समननं चक्रावून प्रश्न विचारला. “याला तडजोड असं म्हणतात. मालक मला पगार देऊ शकत नव्हते, म्हणून मी मालक झालो आणि मालक वेटर झाले.” त्यांचाही सहा महिन्यांचा पगार तुंबला. कुणीच कुणाचा सहा महिन्यांचा पगार देऊ शकत नव्हता. त्यातूनच आळीपाळीनं मालक आणि वेटर होण्याची अप्रतिम तडजोड त्यांनी काढली होती. आलटून-पालटून दोघांनीही वेटरचे सहा-सहा महिन्यांचे पगार तुंबवले होते आणि दोघेही आलटून-पालटून मालकही होत होते. तडजोड या शब्दाला हे मार्ग काढण्याचं तंत्र बरोबर जमलं.

जीवनात तडजोड हे अत्युत्तम वंगण आहे. कुरकुरणाऱ्या जीवनाला वंगणाचं ऑइलिंग केलं की कुरकुरणं बंद होतं.

एक गृहस्थ खूप-खूप श्रीमंत होता. त्याचा एकुलता एक मुलगा लग्नाचा होता. दिसायला एकदम ऑर्डिनरी होता. डोक्यानंही बेताचाच होता. श्रीमंत झाला म्हणून काय झालं– या असल्या मुलाशी कोण लग्न करणार? आता दुसरी बाजू. दुसरे एक गृहस्थ होते. ते बरेच गरीब होते. त्यांची एकुलती एक मुलगी लग्नाची होती. केवळ पैशांच्या अभावी तिचं लग्न लांबणीवर पडत होतं. दिसायला ती सुंदर होती, हुषार होती, सुसंस्कृत होती; पण करणार काय? गरिबी आड येत होती. तडजोड याच्या कानावर ही गोष्ट गेली. तडजोड शब्द दोघांनाही जाऊन भेटला आणि लग्नाचं पक्कं करून आला. तडजोड श्रीमंताला म्हणाला, “गरिबाघरची सोज्वळ मुलगी बघा आणि दोन्ही अंगांनी खर्च करून लग्न करा.” तिकडे मुलीच्या वडिलांना भेटून तडजोड शब्द म्हणाला, “हे बघा गरीबराव, तुमची मुलगी हुषार, सोज्वळ, देखणी सर्व काही आहे. पण लग्न होत नाही म्हणून त्यातून मार्ग काढला पाहिजे. ते श्रीमंत गृहस्थ आहेत ना, त्यांचा मुलगा सामान्य आहे. पण काही तरी

मार्ग काढला पाहिजे. ते दोन्ही अंगांनी लग्न करून द्यायला तयार आहेत. मनाविरुद्ध होईल, हे मलाही मान्य आहे. पण लग्न झालं तर तुमचा, तुमच्या मुलीचा, श्रीमंताचा आणि त्याच्या मुलाचा सर्वांचाच प्रश्न सुटणार आहे. लग्नानंतर नवऱ्याचं सगळं तुमची मुलगीच सांभाळणार आहे.'' तडजोड याचा सल्ला मानला गेला. लग्न झालं. तडजोड म्हटलं की कमवायचं असतं आणि काही गमवायचं असतं. तडजोड आहे म्हणून कित्येक समस्या कशाबशा का होईना, सुटतात. तडजोड हा शब्द प्रगल्भ आहे. पोरकटपणा, थिल्लरपणा त्याला आवडत नाही. दोन्ही पक्ष अडून बसले की तडजोड हा शब्द तिथं जातो, दोघांनाही चार हिताच्या गोष्टी सांगतो, प्रश्न मिटवतो आणि मगच तिथून जातो.

❒❒❒

# .९.

# किरकोळ, बारीक-सारीक

बहुतेक माणसांना कसल्या ना कसल्या किरकोळ, बारीक-सारीक सवयी असतात. असल्या किरकोळ सवयी असतात ना, त्या अगदी कळत-नकळत लागतात. मग एकदा का ती सवय लागली की, ती सुटत नाही; तर कायमची चिकटून बसते. सवय या अर्थी इंग्लिशमध्ये हॅबिट Habit हा शब्द आहे. हॅबिटमधलं एच हे अक्षर काढलं तरी सवय 'ए बिट' राहतेच. मग 'ए' हे अक्षर काढा. सवय 'बिट' राहते. त्यानंतर 'बी' हे अक्षर पुसा; सवय 'इट' रिमेन्स. शेवटी आय अक्षर उडवा; 'टी'ची म्हणजे चहाची सवय तरी राहते. तर सांगायचं तात्पर्य काय, सवय ही अशी महाचिकट असते. मुंगळा पायाला चावत असताना आपण त्याला जोरानं ओढतो. त्या ओढण्यामुळे मुंगळा कमरेपासून चक्क तुटतो, परंतु तो चावण्याची पकड काही सोडत नाही. हॅबिट शब्द मुंगळ्यासारखाच आहे. त्याचे एच, ए, बी, आय असे चार लचके तोडले तरी तो निदान चहापाशी तरी चिकटून राहतो.

सवयी मोठ्या असोत, किरकोळ असोत, नाही तर अगदी बारीक-सारीक असोत; त्या अशाच चिकटून राहतात. ती-ती किरकोळ, बारीक-सारीक सवय करत राहिल्याशिवाय चैनच पडत नाही. तसं केलं तर मनाचं समाधान होतं. ते केलं नाही, तर मन अस्वस्थ होतं. काम सुचत नाही. मोठमोठ्या आंतरराष्ट्रीय कीर्तीच्या व्यक्तींनाही अशाच बारीक-सारीक सवयी असतात. ती सवय कधी-कधी त्यांना अडचणीत आणते. अशा वेळी बारीक-सारीक, किरकोळ सवय ही काय चीज आहे, याची नीट कल्पना येते. (जाता-जाता : चीज हा शब्द घ्या. हा शब्द लिहिताना चुकून 'जीच' असं लिहिण्याची चूक होते. दोन्ही अक्षरांची जडण-

घडण साधारण सारखी आहे.)

डॉ. जॉन्सन हे इंग्लंडमधील जाडे विद्वान होऊन गेले. त्यांचा इंग्लिश शब्दकोश प्रसिद्ध आहे. डॉ. जॉन्सन यांना एक किरकोळ सवय होती. रस्त्यानं जाताना, रस्त्यावरच्या प्रत्येक दिव्याच्या खांबाला हलकीशी टप्पल मारत जायची सवय होती. एखाद्या वेळी आपल्याच तंद्रीत तो पुढं गेला आणि नंतर त्याच्या लक्षात आलं की, मागच्या एका खांबाला टप्पल मारायची राहूनच गेली. तेव्हा तो तसाच पुढं न जाता मागं परत येत असे. मग त्या खांबाला मघाशी राहिलेली टप्पल मारत असे आणि मगच पुढं जात असे. जॉन्सन जर तसाच पुढं गेला असता, तर त्याच्या मनाला चुटपुट लागली असती. कदाचित घरातून उठून त्या खांबापाशी आला असता, खांबाला टप्पल मारली असती आणि मगच घरी गेला असता. बारीक-सारीकच, पण जॉन्सन त्या सवयीला चिकटून राहिला होता.

एका जागतिक कीर्तीच्या शास्त्रज्ञाची गोष्टसुद्धा अशीच आहे. माझी आठवण बरोबर असेल, तर डॉ. चंद्रशेखर रमण यांची गोष्ट आहे. ते भाषण करायला उभे राहिले की, त्यांच्या कोटाचं एका विशिष्ट क्रमाचं बटण बोटांनी कुरवाळत-कुरवाळत भाषण करायची त्यांना सवय होती. बटण कुरवाळणं रंगात आलं की, भाषणही रंगत जायचं. एकदा काय झालं, भाषण सुरू झालं, रंगू लागलं आणि तेवढ्यात कोटाचं ते बटण तुटून खाली पडलं. प्रसंगावधान राखून दुसरं बटण कुरवाळणं सुरू केलं. पण काही खरं नाही. पुनः-पुन्हा नेहमीच्या बटनाच्या जागी त्यांचा हात जाऊ लागला. तिथं ते परमप्रिय बटण नसल्यामुळे ते अस्वस्थ झाले. त्या अवस्थेत त्यांचं पुढील भाषण काही केल्या रंगेना. सरळ-सरळ सांगायचं म्हणजे, पुढचं भाषण केवळ त्या बटणाअभावी पडलं, साफ ढेपाळलं. कोटाचं बटण कुरवाळण्याची अगदी किरकोळ सवय, पण तीसुद्धा असा प्रभाव दाखवू शकते.

काही माणसं मोकळा वेळ असला की, काही तरी बारीक-सारीक करत राहतात. त्याचीच पुढं सवय लागते. सांगायला संकोच वाटतो, पण काही जणांना फावल्या वेळात नाकात बोटं घालून कोरीव काम करत बसण्याची सवय असते. हे सत्कार्य करण्यात ते तल्लीन होतात. त्यांची ब्रह्मानंदी टाळी लागलेली असते. या सवयीमुळे त्यांच्या नाकपुड्यांचं पुढं बोगद्यात रूपांतर होईल की काय, असं वाटू लागतं. हे कोरीव काम करत बसलं की, त्यांना परमानंद वाटतो. परमसुख वाटतं. कुणाचं परम सुख कशात असतं तर, या मंडळीचं परमसुख नाक कोरत बसण्यात असतं. आणखी काही मंडळी निराळ्या किरकोळ सवयीत दंग (गुंग हा शब्दही चालेल) झालेली असतात. काही हंबीरराव, झुंजारराव, मल्हारराव अशी ऐतिहासिक नावं धारण करणारे लोक मिशा ठेवतात. या मिशा भरघोस तर असतातच, परंतु

मिशांची पिळदार टोकं ऊर्ध्वमुखी केलेली असतात. असे हे हंबीरराव वगैरे असतात ना, त्यांचं व्यक्तिमत्व धिप्पाड असतं. आवाज बुलंद असतो. असे हे हंबीरराव, झुंजारराव एकदा उजव्या मिशीचं टोक अंगठा आणि तर्जनीत धरून तिला पीळ देतात. (कापसाची वात वळतात तसा) असं करत असताना उजवीकडच्या मिशीला ऊर्ध्वमुखी असं ऐटबाज टोक येतं. मग डावी मिशी, तेच पीळ देणं सुरू. तिथंही ऐटबाज टोक येतं. मग आरशासमोर उभा राहून दोन्ही टोकांना प्रेमानं कुरवाळण्याचा नामांकित कार्यक्रम सुरू होतो. त्याच वेळी ओष्ट प्रदेशावर मिशांचं जे छप्पर असतं, त्यावर पालथी मूठ ठेवून अलगद फिरवणं, ही सवयही या हंबीरराव प्रभृतींना असते.

स्त्रियांनाही अशाच किरकोळ बारीक-सारीक सवयी असतात. स्त्री कितीही तरुण असो, देखणी (देखणी म्हणजे काय? देखणी बायको दुसऱ्याची फेम) असो, श्रीमंत असो, कॉलेजची डिग्री घेतलेली असो, चांगल्या आधुनिक फ्लॅटमध्ये राहणारी असो, एखाद्या ऑफिसरची बायको असो किंवा आणखी काही काही असो; तिलाही बारीक-सारीक सवयी असतातच. स्वयंपाकघर तर अत्याधुनिक पद्धतीचं चकाचक असतं. स्वयंपाकाच्या ओट्याला लागूनच नळ असतो. शेजारीच दांडीवर एक टॉवेलही असतो. असं सगळं असूनही ही जी कुणी मीनल, सोनाली वगैरे असते ना, ती नळावर किरकोळ भांडं विसळल्यावर किंवा असंच काही केल्यावर, खोचलेला पदर काढून आपले ओले हात त्याला पुसते. घरात टॉवेल असो, नॅपकिन असो, कमरेभोवती ॲप्रन असो; पण हात मात्र साडीच्या पदरालाच पुसणार. पदराला हात पुसण्यात निराळीच लज्जत असते. शतकानुशतकाची ही परंपरा आहे. पदराला ओला हात पुसण्यात जो भावनिक ओलावा (कसलं काय न् कसलं काय? साधा पाण्याचा ओलावा) असतो, जो जिव्हाळा असतो, जी जवळीक असते; ती काही और असते. पदराला हात पुसण्याला एक प्रकारचा सांस्कृतिक वारसा असतो.

हा झाला एक प्रकार. स्त्रियांच्या किरकोळ सवयीचा आणखी एक प्रकार आहे. कनिष्ठ मध्यमवर्गातही एक थोडासा खालचा स्तर असतो. त्या रस्त्यातल्या स्त्रिया, त्याचप्रमाणे इतर निम्नस्तरातल्या स्त्रिया हल्ली सरसकट गोल साडी नेसतात. दुपारी किंवा संध्याकाळी कुठं बाजारात वगैरे जायचं असल्यास त्यातलीच एखादी कुसुम तोंड धुते. डोळे घट्ट झाकून, साबणाच्या फेसानं तोंड घसाघसा चोळून धुते. मानेवरूनही ओला हात फिरवून, मानही स्वच्छ केल्यासारखं करते आणि आता सवय...! ते ओलं तोंड कुसुम कशानं पुसत असेल? कुसुम काय करते– स्टुलावर, कॉटवर किंवा अशाच उंचीवर आपला एक पाय ठेवते. मग आपलं ओलं तोंड त्या

उंचीवरच्या पायाशी आणते. मग साडीखालून परकराचा तळाचा भाग, जास्तीत जास्त वाकून तोंडाशी आणते, मग त्या 'वस्त्रा'नं कुसुम आपलं तोंड पुसते. असल्या परकराच्या खालच्या भागानं ओलं तोंड पुसणाऱ्या कुसुम, काशी, सखू, शेवंता, बकुळा पुष्कळ असतात. हीसुद्धा एक बारीक-सारीक सवयच. अशा कुसुम, शेवंताला उत्तम टॉवेल द्या, नाही तर सुरेख नॅपकिन द्या; ती अंगावरच्या परकरानंच खाली वाकून तोंड पुसणार. सवय तशी किरकोळच आहे. पण ती जर न करता दुसरं काही केलं, तर चैन पडत नाही. बोलून-चालून सवयच ती.

जुन्या पिढीतले घारोपंत, दाजी, तिंबूनाना वगैरे असतात ना, त्यांनाही अशाच किरकोळ सवयी असतात. त्यांना चहा द्या; मग बघा ते कसे पितात? बशीत चहा ओतून बशी तोंडाला लावून झकासपैकी 'फुर्र्र्र' असा आवाज करतात अन् तो कपभर चहा पितात. चहा संपल्यावर तिथं शांतता प्रस्थापित होते. तोपर्यंत 'फुर्र्र्र' या आवाजानं ती खोली दुमदुमून जाते. तर, किरकोळ, बारीक-सारीक सवयी या अशा असतात.

❑❑❑

## .१०.
# ओरडणारे फेरीवाले

ओरडणारे फेरीवाले हा विक्रेत्यांचा एक स्वतंत्र वर्ग आहे. आपल्या मालाची ओरडून जाहिरात करणं या वर्गाला आवडतं. ओरडण्याचं हे एक कारण झालं. दुसरं म्हणजे, घरबसल्या लोकांना कळतं की, रस्त्यावर काय विकणारा फेरीवाला आला आहे. फेरीवाले नाना प्रकारचे असतात. गावाकडले फेरीवाले शक्यतो मराठीतून ओरडतात; परंतु मुंबई किंवा मुंबईच्या परिसरातले फेरीवाले बहुभाषिक लोकांना कळावं म्हणून हिंदीमधून ओरडतात. मुंबईचं हिंदी ही एक स्वतंत्र अशी हिंदीची बोली आहे. हिंदी भाषेच्या अवधी, भोजपुरी, व्रज इत्यादी मूळ बोली आहेत. त्यात मुंबईच्या बोलीची भर पडली आहे. कोणत्याही बोलीला व्याकरणाचे नियम फारसे लागत नाहीत. काय बोलतोय, ते ऐकणाऱ्याला कळलं म्हणजे झालं. ही बोली म्हणजे कामचालाऊ हिंदी असते. मूळच्या मराठी शब्दांवर हिंदीची डागडुजी करूनही बोललं जातं. काय वाटेल ते केलं जातं. त्यामुळे मुंबईचं हिंदी कुणालाही सहज बोलता येतं. ऐकणाऱ्यालाही सहज कळतं. ''हा शर्ट केवढ्याला पडला'' यातील 'पडला' या क्रियापदाकडे पाहू या. पडणे म्हणजे हिंदी भाषेत गिरना. चला, तर करा मुंबई-बोलीमध्ये भाषांतर, ''ये शर्ट कितने मे गिरा?'' त्याचे उत्तर असं येतं, ''मेरेको ये शर्ट फकस्त (फक्तचं बाळबोध हिंदीकरण) तीस रुपये में गिरा.'' मुंबईची हिंदी बोली अशी सुबोध आहे. असो.

फेरीवाले असल्याच मुंबई हिंदी बोलीमध्ये बोलत असतात. ते हिंदी मुंबईत राहणाऱ्या अय्यर-अय्यंगार, मेनन-नायर, कळबिद्री-कुमठा, मेहता-पटेल, शर्मा-वर्मा(सुद्धा), यादव-सिन्हा, मल्होत्रा-खन्ना, बॅनर्जी-मुखर्जी, राव-रेड्डी, कर्तारसिंग-

सुरजितसिंग या सर्वांप्रमाणेच जोशी-कुलकर्णींनाही कळतं. मुंबईची हिंदी बोली सर्व समावेशक शब्द असल्यामुळे सहज कळते.

स्वातंत्र्यपूर्वकाळातले फेरीवाले आणि स्वातंत्र्योत्तरकाळातले फेरीवाले यांत बराच फरक पडला आहे. काळाच्या ओघात हल्ली काही जुने फेरीवाले लुप्त झाले आहेत. उदाहरणार्थ– हल्ली स्वयंपाकघरामध्ये जिकडे तिकडे स्टेनलेस स्टीलच्या भांड्यांचा सुकाळ झाला आहे. त्याचप्रमाणे ताटवाट्यांना पर्यायी पात्रं म्हणून चिनीमातीच्या प्लेट्स, ब्लाऊल्स वगैरे वस्तू आल्या आहेत. पितळेची भांडीच वापरातून गेल्यामुळे कल्हई लावण्याचा धंदाच बसला. पूर्वी सुप्रभाती कल्हईवाले नित्यनेमाने रस्तोरस्ती हिंडत असत. मळकट धोतराचा डबल काचा, शर्ट आणि डोक्यावर पांढरी टोपी हा आपोआपच रूढ झालेला त्यांचा गणवेष होता. त्या गणवेषातच कल्हईवाले ओरडत फिरायचे. 'भांड्याला कल्हई' असा पूर्ण उच्चार न करता, वरच्या पट्टीतल्या आवाजातच नुसतचं ''ल्हईल्हैवाला'' असं ओरडत असत. 'ल्हई' असा ध्वनी कानांवर पडला की सर्वांना कळायचं की, कल्हईवाला आला आहे. मग त्याला घरोघर बोलावलं जाई. कुठल्या तरी मोकळ्या जागेत तो आपली भट्टी लावी. घरोघरची भांडी तिथं नेऊन कल्हई करत असे. कल्हईवाल्याचे दर मजेशीर असायचे. बारा रुपये डझन हा भाव असेल, तर पातेल्यालाही एक रुपया आणि चमच्यालाही एक रुपया असा कल्हईचा दर असे. पण लग्नकार्यात लागणारं मोठंच्या मोठं पातेलं किंवा हांडा दाखवला, तर मात्र सरसकट बारा रुपये डझन हा भाव बाजूला ठेवला जाई. स्पेशल जास्त भाव लावला जाई. चमचा म्हणजे नगण्य वस्तू. त्याला मात्र एक रुपया, पण मोठ्या हांड्याला तीन किंवा पाच रुपये, असा कल्हईचा भाव असे. कल्हई लावली जात असताना एक प्रकारचा खमंग वास येत असे. भांड्यावर नवसागर टाकत असताना हा वास येत असे.

ब्रिटिशांचं राज्य होतं तेव्हा म्हणजे जवळजवळ सत्तेचाळीस सालापर्यंत मुंबईतून काही फेरीवाले गाढवीण घेऊन रस्त्यानं हिंडायचे. गाढविणीचं दूध औषधी असतं, असं ब्रिटिश बायकांचं मत होतं. 'गधेका दूधऽऽ'' असं म्हणत तो फेरीवाला ओरडत असे. इंग्रज गेले आणि गाढविणीचं दूधही विकणं बंद झालं. सत्तेचाळीस सालापूर्वी मुंबईत रस्त्यावर गाढविणीचं दूध– अगदी धारोष्ण दूध मिळत असे, हे आता कुणाला सांगूनही खरं वाटणार नाही. उन्हाळ्याच्या दिवसांत हापूस आंबे विकणारे फेरीवाले रस्त्यांवरून ओरडत फिरायचे. त्यांच्या ओरडण्याची स्टाईल निराळी होती. डोक्यावर हापूस आंब्याचा खोका असे. ज्यांना घाटी (घाटावर राहाणारे, ते घाटी) म्हटलं जातं, ते फेरीवाले. रस्त्यानं आंबे विकत

फिरायचे. हापूस हा शब्द उच्चारताना 'हा' हे अक्षर मनातल्या मनात उच्चारून मग मोठ्यानं 'पूऽऽऽस!' असं ओरडायचा. 'पूऽऽऽस' असा आवाज ऐकला की, घरबसल्या समजायचं, हापूस आंबे विकणारा फेरीवाला आला आहे.

भंगारवाला पूर्वीही होता. पूर्वीच्या भंगारामध्ये बाटल्या, सिगारेटचे पत्र्याचे गोल डबे (एका डब्यात पन्नास सिगारेटी), रॉकेलचे गंजलेले डबे, सायकलची मोडकी घंटी, बाद झालेला सायकलचा दिवा, गळका पोहरा, फुटकी बादली असल्या वस्तू असायच्या. कांदे-बटाटेवाले त्या काळातही होते. नुसताच "शू शू शू" असा आवाज रस्त्यावरून आला की, शूज, चप्पल, बूट दुरुस्त करणारा– एवढा अर्थ त्यातून निघत असे. असे आणखीही फेरीवाले पूर्वी होते. त्या-त्या काळास अनुसरून त्यांचं ओरडणं चालत असे.

सध्याच्या काळात ओरडणाऱ्या फेरीवाल्यांची संख्या बरीच वाढली आहे. जुने फेरीवाले ज्या वस्तू भंगारात घेत होते, त्या वस्तू हल्ली कालबाह्य झाल्या आहेत. फुटका पोहरा वगैरे वस्तू दिसतच नाहीत. हल्लीचे फेरीवाले चारचाकी हातगाडी घेऊन धंदा करतात. त्या गाडीवर आइस्क्रीम, बटाटेवडे-पाव (वडा-पाव फेम), प्लॅस्टिकच्या वस्तू, फळं असल्या वस्तूंच्या नावांचा पुकार करून फेरीवाले फिरत असतात. बोहारणी पूर्वीही होत्या आणि हल्लीही आहेत. परंतु पूर्वीच्या बोहारणीकडे प्रामुख्यानं काचेच्या बरण्या वगैरे वस्तू असायच्या. पण हल्लीच्या बोहारणीकडे स्टेनलेस स्टीलची भांडी असतात, तर काही बोहारणी प्लॅस्टिकच्या बादल्या, बेसिन्स, ट्रे, बाऊल्स, प्लेट्स जुन्या कपड्यांवर देतात. पूर्वीच्या बोहारणी तासन् तास घासाघीस करत असत आणि हल्लीच्या बोहारणीसुद्धा घराण्याची तीच थोर परंपरा चालवत असतात.

हल्ली रद्दीला फार भाव आहे. रद्दीवाले फार झाले आहेत. कारण वर्तमानपत्रं, मासिकं, साप्ताहिकं भरपूर निघत असतात. त्यामुळे रद्दी पेपरवाले बहुत जाहले आहेत. रद्दी-रद्दीतही इंग्लिश रद्दीचा रुबाब असतो. इंग्लिश पेपरची रद्दी चार रुपये किलो असेल तर मराठीसह सर्व भारतीय भाषांतील रद्दीचा भाव साडेतीन रुपये किलो असतो. रद्दीतसुद्धा इंग्लिश पेपरची रद्दी सुपीरिअर! रद्दीच्या जोडीला रिकाम्या बाटल्यांचे फेरीवाले पुष्कळ असतात. हल्ली प्रत्येकाच्या घरात औषधं, टॉनिकं, बोर्नव्हिटा, कॉम्प्लान, टोमॅटो केचप, लोणची, मुरांबे, 'पिणारे' असतील तर 'तसल्या' बाटल्या– अशा अनेक प्रकारच्या बाटल्या घरात जमा होतात. दर दोन-तीन महिन्यांनी पाच-पंचवीस बाटल्या साचतात. मग बाटलीवाली बाई ओरडत येते. बाटलीतली संपलेली वस्तू पन्नास रुपयांची असो, शंभर रुपयांची असो. ती बाई बाटलीचे फक्त दोन आणे, इतकं अवमूल्यन करते. पाच-पंचवीस बाटल्या

द्यायच्या आणि पावणे-चार रुपये घ्यायचे. असा सौदा झाल्यावर 'बाई आणि बाटली' जाते. आणखी बरेच ओरडणारे फेरीवाले आहेत. सध्याचे फेरीवाले तूर्त एवढे पुरेत.

आता, उद्याचे ओरडणारे फेरीवाले कसे असतील याचं कल्पनाचित्र पाहू या. उद्याचा एखादा चार-चाकी हातगाडीवाला, ''जेवण घ्या जेवण'' असं ओरडत धंदा करील. बोहारीण म्हणेल, ''बाई कपडे दाखवू नका; जुना टेलिफोन, मिक्सर, टोस्टर असला तर दाखवा.'' या वस्तू दाखवल्यावर बोहारीण बारका कॅलक्युलेटर दाखवील. मग घरातली बाई म्हणेल, ''हे काय? एवढंच? मला ही इलेक्ट्रिकची इस्त्री दे.'' मग बोहारीण म्हणेल, ''एक जुना व्हीसीआर द्या, म्हणजे इस्त्री देते.'' मग बाई म्हणेल, ''व्हीसीआर म्हणजे फारच होतंय. फार तर जुना टेपरेकॉर्डर देते.'' उद्याच्या फेरीवाल्यांबरोबर आपले असले सुखसंवाद होतील. कांदे-बटाटेवाल्याशी घासाघीस करताना आपण त्याला म्हणू, ''बटाटे पंचवीस रुपये किलो म्हणजे फार झालं. परवा परवापर्यंत विसाव्या शतकात आठ रुपये किलो होते!''

❑❑❑

# . ११ .

# शब्दांवर मंत्रपुष्प

कोणताही शब्द घ्या, त्याला स्वत:चं असं व्यक्तिमत्त्व असतं, तसंच त्या शब्दाच्या भाषेचं वैशिष्ट्यही असतं. आपण आपलं मराठी भाषेपासूनच सुरू करू या. एखादी सुसंस्कृत, सोज्वळ, साध्या वस्त्रातली देखणी स्त्री असते ना, तशी मराठी भाषा दिसते. सगळं कसं साधं-साधं. किचकटपणा, क्लिष्टता वगैरे काही नाही. जडजंबालपणा मराठी भाषेला पेलवतच नाही. शब्द साधे, वाक्यं आटोपशीर, कळायला सुलभ, अशी मराठी भाषा वाटते. मराठी भाषेला डामडौल आणि अलंकार यांची फारशी आवड नाही. जणू काही, 'मी आपली साधीसुधीच ठीक आहे,' असं स्वत: मराठी भाषाच सांगत आहे, असं वाटतं.

मराठी कविता तशी सोपी वाटते. कारण वृत्तांचा सोपेपणा. संस्कृत वृत्तांपेक्षा अस्सल मराठी जातिवृत्तं अधिक पसंत. अभंग, ओवी, साकी, दिंडी ही वृत्तं मराठी भाषेला साजेशी असतात. सगळं कसं साधं-साधं, हेच मराठीचं प्रमुख लक्षण आहे. 'शाकाहारी' शिव्यासुद्धा साध्याच असतात. गुलामा, लब्बाड, शिंच्या, मूर्खा, ढ कुठला वगैरे. मराठी वाक्यंसुद्धा सुटसुटीत असतात. साधं वाक्य आणि जोडवाक्य. बस्स! उदाहरणार्थ— (१) रामा घरी आला आणि म्हणाला, उद्या सुट्टी आहे. मिश्र वाक्य मराठीला झेपत नाही. मिश्र वाक्यं इंग्लिशमध्ये सर्रास असतात.

हिंदी भाषा ही तशी पॉवरफुल वाटते. त्या भाषेला रुबाबात राहणं आवडतं. सौजन्यापासून दमदाटीपर्यंत सर्व प्रकार हिंदीमध्ये सहज करता येतात. अस्खलित हिंदीमध्ये कुणी बोलू लागला की, त्या माणसाचं ऐकणाऱ्यांवर उगीचच इंप्रेशन पडते. काय सॉलिड व्यक्तिमत्त्व आहे, असं वाटू

लागतं. त्यातच, 'पहिले आप; नहीं, पहिले आप' हे सौजन्याचं नाटक, ''मैं आपकी क्या सेवा कर सकता हूँ?'' ही नाटकी नम्रता, ''हमारा सौभाग्य आपका दर्शन हुआ'', हा नाटकी आदर; हे सगळं हिंदी भाषेत झकास जमून जातं.

उर्दू भाषेचा ढंग आणखीच आगळा असतो. तुम्हा-आम्हा जोशी-कुलकर्ण्यांना आणि पवार-देशमुखांना अस्सल उर्दू, 'है' या क्रियापदापुरतंच कळतं. एकेक उर्दू शब्द आपल्या डोक्यावरून भुर्रकन उडून जातो. डोक्यात शिरतच नाही. शब्द असतात व्यवहारातलेच, पण कळत मात्र नाहीत. काही शब्द प्रत्यक्षच पाहा : उल्फत, मरम्मत, तरक्की, इम्तिहान, नजाकत, इंतजार, नतीजा, इत्तेफाक, मरीद, नफरत, गुमनाम, जोरू वगैरे. यांचे अर्थ माहीत असणं कठीणच. हे सर्व शब्द व्यवहारातलेच असून त्यांचे अर्थ अनुक्रमे, प्रेम, दुरुस्ती, प्रगती, परीक्षा, नाजुकपणा, प्रतीक्षा, परिणाम, योगायोग, आजारी माणूस, तिरस्कार, निनावी, बायको असे आहेत. अस्सल उर्दू भाषेचा नाजुकपणा तर फारच सुंदर असतो. परंतु उर्दू भाषेची दुसरी बाजू मात्र न आवडणारी आहे. गालीप्रदान करताना कोणत्याही भाषेपेक्षा उर्दू शब्दयुक्त केलं की, ते थेट हृदयावरच जाऊन आदळतं. परंतु उर्दू भाषा सुंदरच आहे.

संस्कृत भाषा तर शिकायला सर्वांत कठीण आणि ऐकायला सर्वांत मृदू अशी भाषा आहे. मंत्र वगैरे ऐकताना कानांना कसं बरं वाटतं. उर्दू किंवा हिंदी शिव्यांचं संस्कृतमध्ये भाषान्तर सुरू केलं तर जणू काही कुणी मंत्रच म्हणत आहे, असा भास होतो. संस्कृतमधून काहीही बोला; मंत्रपठण सुरू आहे, असंच वाटत राहतं. मराठीत शिवीचा एक छोटासा अंश– 'आयला' हा शब्द आता लिहिण्यातही रूढ झाला आहे. हाच गाली-अंश संस्कृतमधून उच्चारला, तर 'मातरम' असा होईल. आणि 'त्याच्यायला'चं संस्कृत भाषान्तर 'तस्य मातरम' असं होईल. मातरम आणि तस्य मातरम हे शब्द शिवी आहेत, असं चुकून तरी वाटेल काय? मंत्रांमधलेच शब्द असतील, असं वाटतं.

म्हणून इतर काही शब्द घेऊन त्यांना संस्कृत रूप दिलं तर कसं दिसेल, हे आता आपण पाहू या. ते शब्द संस्कृत ढंगानं उच्चारले की कसे सुसंस्कृत, प्रतिष्ठित वाटतात, ते पाहा.

(कंसातला शब्द मूळ प्रचलित)

टवलिका (टवळी)– टवळी हा शब्द अगदी गावंढळ, हलक्या प्रतीचा वाटतो. पण या टवळी शब्दावर संस्कृत मंत्रपुष्प टाकलं की, तयार केलेला 'टवलिका' हा शब्द चक्क मालविका, सारिका, मातृका, राधिका या संस्कृत शब्दांप्रमाणे प्रतिष्ठित वाटू लागतो. 'अगं ए टवळे, चार घास गिळायला बैस' हे

ग्राम्य ढंगाचं वाक्य, ''हे टवलिके, अल्प भोजनासाठी बैस'', असं म्हटल्यावर कसं संस्कृत-संस्कृत (चाल : छान-छान) वाटतं.

सटविका (सटवी) सटवी– हा शब्दही गावंढळ वाटणं साहजिक आहे. 'ए सटवे, उठ! अंगणात सडा टाक' हे वाक्य असंस्कृत वाटतं. परंतु, हेच वाक्य जर 'हे सटविके, प्रांगणात सडासंमार्जन कर', असं म्हटलं तर कसं सुसंस्कृत वाटतं.

नाना महोदयस्य टांगम् (नानाची टांग)– नानाची टांग म्हटलं की, जवळ-जवळ शिवी दिल्याचा भास होतो. परंतु त्याऐवजी या शब्दांवर संस्कृतचं मंत्रपुष्प टाकल्यावर बघा हेच शब्द कसे सोवळ्यातले वाटतात.

गुटिका स्नान (अंघोळीची गोळी)– कित्येक लोकांना रोज-रोज अंघोळ करण्याचा कंटाळा येतो. ज्या दिवशी ते अंघोळ करत नाहीत, त्या दिवशी ते 'आज अंघोळीची गोळी घेतली', असं म्हणतात. अशा अंघोळीला 'गुटिका स्नान' म्हटलं की, कसं पवित्र-पवित्र वाटतं.

नापासक (नापास)– एखादा मुलगा परीक्षेत नापास झाला की, किती वाईट वाटतं. नापास हा शब्द संस्कृत स्टाईलमध्ये 'नापासक' असा उच्चारला, तर कसं 'उपासक'च्या मांडीला मांडी लावून बसल्यासारखं वाटतं.

फतकलासन (फतकल)– काही बायकांना ढिल्या पद्धतीनं मांडी घालून चकाट्या पिटत बसण्याचा छंद असतो. असल्या बसण्याला फतकल मारून बसणं, असं म्हणतात. त्याऐवजी 'फतकलासन घालून बसणं' असं म्हटलं की, किती महन्मंगल बसणं आहे, असं वाटतं.

कर्गज (कागद)– कागदाला कागद म्हटलं की, हा शब्द संस्कृत नसल्याबद्दल खंत वाटते. म्हणून या शब्दावर संस्कृत मंत्रपुष्प टाकून, कागदाला 'कर्गज' असं म्हणावं.

पलायनपटू (पळपुटा)– पळपुटा म्हटलं की, पार्श्वतनूला पाय लावून, घाबरून पळत जाणारा भेकड माणूस आपल्या डोळ्यांपुढं येतो. दुसरे बाजीराव पेशवे यांना 'पळपुटे बाजीराव' असं म्हटलं जातं. पळपुटाऐवजी 'पलायनपटू' हा शब्द वापरला की, पळपुटेपणा लपून तो माणूस ऑलिंपिकमधला खेळाडू आहे काय, असंही उगीचच वाटू लागतं.

कृष्ण कृष्ण कुट्ट (काळाकुट्ट)– काळाकुट्ट म्हटलं की, कोळसा, डांबर, काजळी वगैरे पदार्थ डोळ्यांपुढं येतात. कृष्ण म्हणजे काळा. दोनदा कृष्ण म्हटलं की अधिक काळा रंग होतो आणि त्यापुढं कुट्ट हा शब्द ठेवला की, वज्रलेप काळा असा अर्थ होतो. म्हणून काळाकुट्टऐवजी 'कृष्ण कृष्ण कुट्ट' असं म्हणावं, असं सुचवावंसं वाटतं.

ऊर्ध्वांगृष्ठ (पेय) (थम्सअप)– थम्सअप हे शीत पेय सर्वांच्या जिभांना सुपरिचित आहे. परंतु हा शब्द परकीय इंग्लिश असल्यामुळे आणि जीभ मात्र स्वकीय असल्यामुळे दोहोंचा संस्कृतिसंकर झाल्यासारखं वाटतं. म्हणून त्याच अर्थी संस्कृत 'ऊर्ध्वांगुष्ठ' पेय हा शब्द वापरला, तर कसं एखादं वेदकालीन पेय प्यायल्यासारखं वाटतं.

वस्त्रशकल (फडके)– कापडाच्या एखाद्या तुकड्याला फडके म्हणायची पद्धत आहे. हे फडके बहुधा जुन्या कापडाचं असतं. त्यामुळे ना. सी. फडके असं म्हटलं की, त्याचं अवमूल्यन केल्यासारखं वाटतं. म्हणून फडके याऐवजी 'वस्त्रशकल' हा संस्कृत शब्द वापरला तर ना. सी. फडके हे ना. सी. वस्त्रशकल या प्रतिष्ठित नावानं ओळखले जातील.

याच पद्धतीनं लब्बाड– असत्यभाषिणी, हलकट–हल्यकट, बदमाष–बदमाषन (चाल : पद्मासन) असे संस्कृत भाषेचं मंत्रपुष्प टाकून नवनवीन शब्द तयार करता येतील.

□□□

# .१२.
# मार्गदर्शन भडिमार

पुष्कळ लोक असे असतात की, स्वतः होऊन उगीचच दुसऱ्यांवर मार्गदर्शनाचा भडिमार करत असतात. हे असं करण्याचं काही नडलंय काय? परंतु चकट फू सल्ला देण्याची जन्मजात खोड उपदेश करून थोडीच जाणार आहे? असा सल्ला देण्याचं काही नडलं काय? असे बरेच नमुने समाजात असतात.

असेच एक बबनराव माझ्याकडे आले. ते मला म्हणाले, "तुम्ही पाडव्याच्या मुहूर्तावर सर्वांत प्रथम एक रुंद फावडं विकत घेऊन ठेवा. नंतर ते लागणार आहे. त्या वेळी या लकी फावड्याचं महत्त्व तुम्हाला कळेल."

"उगीचच्या उगीच फावडं कशाला घ्यायचं?" मी बबनरावांना विचारलं. तसं विचारणं साहजिक होतं.

"आता मुळापासून सविस्तर सांगतो." बबनराव म्हणाले, "तुम्ही काय करा– सरळ २०० एकर जमीन खरेदी करा. अगदी सलग २०० एकर! तुम्ही म्हणाल, एवढी जमीन कशाला? इतके पैसे कुठून आणू? असले प्रश्न विचारून तुम्ही स्वतःच तुमच्या उज्ज्वल भवितव्याला मोडता घालू नका. तुमच्याजवळ पैसे नसले तर बँकेला सांगा की, मला सलग २०० एकर जमीन विकत घ्यायची आहे. जमिनीच्या किमतीइतक्या नोटा, कर्मचाऱ्यांना जरा ओव्हरटाइम करून छापून तयार ठेवा."

"समजा, रिझर्व्ह बँक 'नो म्हणाली' तर काय करायचं?" मी काही तरी विचारायचं म्हणून विचारलं.

"राईट ए लेटर टु दि प्रेसिडेंट ऑफ दि वर्ल्ड बँक. त्यांना म्हणावं की, एक हजार कोटी डॉलर्सचं कर्ज द्या."

"एक हजार कोटी डॉलर्स म्हणजे टू मच झाले, असं नाही का वाटत तुम्हाला?'' मी विचारलं.

"मलाही टू मचच वाटतात, परंतु त्याला नाइलाज आहे. कारण वर्ल्ड बँक कमीत कमी एक हजार कोटी डॉलर्सचंच कर्ज मंजूर करतं. त्यापेक्षा कमी कर्ज मंजूर करणं वर्ल्ड बँकेला बिलो डिग्निटी वाटतं. म्हणून एक हजार कोटी डॉलर्सचं कर्ज मागायचं.''

"व्याजच किती होईल?'' मी विचारलं.

"पहिली दहा वर्षं तुम्ही व्याज मागायचं नाही आणि आम्ही व्याज द्यायचं नाही, या बेसिसवरच कर्ज घ्यायचं. दहा वर्षांनंतर पुढचं पुढं बघू.''

"बरं, एवढे पैसे घेऊन काय करायचं?''

मी पुन्हा मूळ शंका विचारली. "कारण २०० एकर जमिनीला एक हजार कोटी डॉलर्स थोडेच लागतात?''

"ते मलाही माहीत आहे. आपण बाकीचे पैसे बँकेत ठेवायचे. दहा वर्षांनंतर गडगंज व्याज मिळेल. ते व्याज वर्ल्ड बँकेकडे व्याजापोटी पाठवायचे.'' बबनराव म्हणाले.

"२०० एकर जमीन घेतली; पुढं काय करायचं?'' मी विचारलं.

"छान प्रश्न विचारलात.'' बबनराव म्हणाले, "एक आगळ्या प्रकारची लागवड २०० एकर जमिनीमध्ये करायची. थोड्याच वर्षांत, कॉम्प्युटरवाला बिल गेट्स आहे ना, त्याच्या तोडीस तोड इतके तुम्ही श्रीमंत व्हाल. नंतर तुम्ही नंबर वन वर आणि बिल गेट्स नंबर टू वर असा प्रकार होईल.'' बबनरावांनी माझ्या उज्ज्वल भवितव्याचं रम्य चित्र रेखाटलं.

"कशाची लागवड करायची?'' मी विचारलं.

"त्याचं काय आहे विनायकराव, अजूनपर्यंत एका उत्पादनाकडे म्हणावं तसं लक्ष गेलं नाही. म्हणून ते उत्पादन करा. काय करायचं ते नीट समजावून सांगतो.'' बबनराव सांगू लागले. "तुम्ही काय करा विनायकराव, २०० एकर जमिनीमध्ये फक्त जायफळांच्या झाडांची लागवड करा. मग बघा, मघाशी मी फावड्याबद्दल बोललो होतो ना, ते सांगतो. जायफळ आंतरराष्ट्रीय मार्केटांमध्ये विकून जो अमाप पैसा मिळेल, तो फावड्यानंच ओढावा लागेल.''

"बबनराव, काही तरीच काय सांगता?'' मी म्हणालो, "माणसाला जायफळ लागून-लागून किती लागणार? आमच्या घरात संबंध वर्षात दोन जायफळंसुद्धा जास्तच वाटतात. म्हणून तर जायफळांची लागवडही मर्यादित प्रमाणात होत असणार. तुम्ही सांगताय! २०० एकरांच्या गोष्टी.''

"आता माझं लेक्चरच ऐका." बबनराव म्हणाले, "जायफळ हे स्वादिष्ट, चवीला काहीसं तिखट, थोडंसं सुगंध असलेलं फळ आहे. जायफळाला संस्कृतमध्ये मालतीफलम आणि जातिफलम असं म्हणतात. इंग्लिश नटमेग म्हणतात. तुमच्या ज्ञानात आणखी थोडीशी भर घालतो. लॅटिन भाषेत जायफळाला मिरिस्टिका फ्रॅग्रन्स असं म्हणतात. आपल्या देशात तमिळनाडू, केरळ या राज्यांत जायफळाचं उत्पादन विशेष होतं. जायफळाचं झाड साधारण नऊ ते बारा मीटर उंच असतं. एकेका झाडाला बाराशे फळं येतात. तुम्ही काय करा, त्यावर विशेष संशोधन करून एकेका झाडाला किमान दहा हजार फळं येतील, असं काही तरी करा."

"माझा तर असा विचार आहे की, एकेका झाडाला कमीत कमी पंचवीस हजार फळं आली पाहिजेत, तरच हा व्यवसाय परवडेल." मीसुद्धा बबनरावांच्या सुरात सूर मिसळून म्हणालो.

"मी काय म्हणतो, ते पटलेलं दिसते." बबनराव म्हणाले, "पहिल्या पाच वर्षांत तुम्ही गडगंज श्रीमंत व्हाल. मग तुम्ही काय करा, दामदुप्पट किंमत देऊन केरळ, तमिळनाडू वगैरे सर्व ठिकाणच्या जायफळांच्या झाडांच्या जमिनी विकत घ्या. जायफळ म्हटलं की, विनायकराव आणि विनायकराव म्हटले की जायफळ, असं समीकरण झालं पाहिजे. शब्दकोशात शब्द म्हणून 'विनायक' हा शब्द दिला जाईल. जायफळ व्यवसायावर तुमची मोनॉपली राहील."

"खरंच असं होईल?" मी विचारलं.

"मग शंका आहे काय!" बबनराव म्हणाले, "तुम्ही 'नटमेग एपरर' म्हणून ओळखले जाल. जायफळाच्या प्रत्येक नगाचा भाव सरसकट एक रुपया ठेवा. म्हणजेच एकेक झाड तुम्हाला पाच हजार रुपये देईल. दोनशे एकर जागेत शेकडो झाडं असणार. त्यांना पाच हजारांनी गुणा. याशिवाय जायफळाच्या प्रत्येक झाडातून जायपत्रीसुद्धा मिळते. किलोचा भाव आणि शंभर ग्रॅमचा भावही वाढवून ठेवा. मोनॉपली तुमचीच आहे. जायपत्रीमधूनही प्रत्येक झाडामागे प्रत्येक वर्षी गेला बाजार दोन-दोन हजार रुपये तरी सहज मिळतील. म्हणजे झाडामागं सात-सात हजार रुपये झाले. तुम्ही काय करा, मध्ये कधीतरी मार्केटातून जायफळच गडप करा. मोठे व्यापारी 'ब्लॅक'नं टनावारी जायफळ खरेदी करून त्यांचा काळाबाजार सुरू करतील. संपूर्ण माल विकला गेला बरं का, असं व्यापाऱ्यांनी सांगितलं की, जायफळ पुन्हा ओपन मार्केटला आणा. आयुर्वेदिक औषध, कामोद्दीपक औषध, कफनाशक औषध अशी जाहिरात करत राहा. एखाद्या आयुर्वेदिक कारखानदाराला हाताशी धरा आणि गोळ्या, कॅप्सूलद्वारा जायफळ खपवा."

"कमाल आहे हे बबनराव! जायफळाकडे अजूनही कुणाचं म्हणावं तसं

लक्ष गेलं नाही. कुठं बाळगुटीसाठी जायफळ वापर, कुठं श्रीखंडात घालण्यासाठी जायफळ वापर; असले क्षुद्र उपयोग होते आहेत. जायफळाचं खरं महत्त्व जाणून तुम्ही बहुमोल सल्ला दिला आहे. मी आजच जागतिक बँकेच्या अध्यक्षांना अर्जंट पत्र लिहून ताबडतोब एक हजार कोटी डॉलर्सचं कर्ज मला देण्यात यावं, असं पोस्टकार्ड पाठवून कळवतो. तिकडून एक हजार कोटी डॉलर्स आले की कामाला लागतो.''

❑❑❑

## .१३.
## वास्तुशास्त्रज्ञ

हल्ली मजेशीर स्पर्धा निघाल्या आहेत. मजेशीर लकी नंबर निघाले आहेत. एक रुपयावाली एक शिसपेन्सिल मी विकत घेतली. नशीब जोरदार. लकी नंबर मला लागला. मारुतीकार दारात पॉम-पॉम करत हजर झाली. आठ आणेवाल्या चॉकलेटवरच्या लकी नंबरवर मला अनेक किलो शुद्ध शंभर नंबरी सोनं मिळालं. टीव्हीवरच्या एका कार्यक्रमात मला चार व्यक्तींची नावं सांगितली गेली. उत्तर बरोबर असल्यास पन्नास लाख रुपये मला मिळणार होते. शिवाजीच्या वडिलांचे नाव? मालोजी, लखूजी, शकोजी, बाबाजी. मी बावरलो, कोणतं नाव सांगावं? यात खरं नाव दिसत नाही. तरीही काही तरी सांगायचं म्हणून मी शकोजी हे नाव सांगितलं. हे नाव नक्की चुकीचं होतं, हे मला मनातून माहीत होतं. पण त्या चारांतूनच एक नाव निवडायचं होतं. म्हणून माझा नाइलाज झाला. बक्षीस हुकणार याची चुटपुटही मनाला लागली. एवढ्यात कार्यक्रमाचे संचालक अपरिमिताभ मला म्हणाले, "पूर्ण उत्तर बरोबर असतं, तर तुम्हाला पंचाहत्तर लाख रुपये मिळाले असते. तुमचं उत्तर दोन-तृतीयांश बरोबर आहे, म्हणून तुम्हाला आम्ही पन्नास लाख रुपये देत आहोत." मी खुलासा विचारल्यावर अपरिमिताभ म्हणाले, "खरं नाव शहाजी आहे आणि तुम्ही सांगितलेलं नाव शकोजी आहे. शहाजी आणि शकोजी या दोन्ही नावांत श आणि जी ही अक्षरं सारखीच आहेत. तीनही अक्षरं बरोबर असल्यास पंचाहत्तर लाख रुपये मिळतात. म्हणजेच एकेका बरोबर अक्षराची किंमत पंचवीस-पंचवीस लाख रुपये आहे. तुमची दोन अक्षरं बरोबर आलीत, म्हणून तुम्हाला पन्नास लाख रुपयांचा चेक मी देत आहे. मन:पूर्वक अभिनंदन!"

एकंदरीत असो. अशा प्रकारे शिसपेन्सिल, चॉकलेट, काड्यांची पेटी, अंगाचा साबण– फक्त दोनच अक्षरं वगैरे– अनेक ठिकाणी योगायोगानं मला अक्षरश: सुमारे पाच कोटी रुपये मिळाले. (बुवा आणि पाच कोटी?) इम्पॉसिबल! कोटी हा शब्द चुकून पडला असेल. असो. माझा उत्कर्ष त्यांना सहन होत नाही (न होवो! न होवो!).

तोपर्यंत मी मुंबईतील एका शतकोत्तर रौप्यमहोत्सवी अशा चाळीत राहत होतो. आता मात्र स्वत:च्या मालकीचा अप्रतिम, प्रशस्त, वास्तुशास्त्र पणाला लावून बंगला बांधण्याचं ठरवलं. प्रख्यात वास्तुशास्त्रज्ञ 'कौले, छपरे, माळवदे ॲण्ड गच्चे असोसिएट्स' एकदम चौघे चार घरं वरच्या बाजूनं उघडं टाकून माझ्याकडे आले. त्यांच्याही लक्षात आलं होतं, म्हणून संपूर्ण प्लॅनच तयार करून आणला होता. मुंबईच्या बाहेर, असं हल्ली म्हणताच येत नाही. कारण ज्या-ज्या भागाला 'मुंबईच्या बाहेर' असं म्हटलं जात असे, ते-ते सर्व 'बाहेर' मुंबईच्या 'आत' आले. त्यामुळे मुंबईला 'बाहेर' असं उरलेलंच नाही. तरीही एका उपनगरात या चौकडीनं एक प्लॉट शोधून काढला होता. सुमारे पाच एकर एवढा मोठा प्लॉट होता. संपूर्ण बंगला कसा असेल याचा प्लॅन आणि कल्पनाचित्रही त्यांनी आणलं होतं. चौघेही आळीपाळीनं मला समजावून सांगत होते.

**कौले-** या चतु:सीमा. पश्चिमेला अरबी समुद्र आहे. तो येथून थेट अरबस्तानापर्यंत पसरलेला आहे. पूर्वेला ही टेकडी आहे. या टेकडीआडून दररोज सकाळी न चुकता सूर्य उगवतो, अशी मोक्याची ही जागा आहे. उत्तरेला हिमालय पर्वत आहे. जरा लांब आहे, परंतु आहे हे परमभाग्य! आताच टेकडीबद्दल बोललो होतो, त्या टेकडीपासूनच पूर्वेकडे सतत गेलं की, बंगालचा उपसागर आहे आणि दक्षिणेला असंच दक्षिणायन, दक्षिणायन, दक्षिणायन म्हणत गेलं की, कन्याकुमारीपाशी अथांग हिंदी महासागर सुरू होतो, तो थेट खाली अंटार्क्टिकापर्यंत.

**मी-** अरे वा! वंडरफुल! माझा हा बंगला म्हणजे भारताची प्रतिकृतीच दिसते? माझ्या बंगल्याच्या चतु:सीमा आणि भारताच्या चतु:सीमा अगदी दि सेम आहेत.

**माळवदे-** 'मी भारतीय' आहे याची सतत आठवण राहावी, म्हणून अशा चतु:सीमा ठेवल्या आहेत.

**छपरे-** बंगल्यातला प्रत्येक इंचन् इंच विचार करून तयार केला आहे. या इथं तुमचं स्वयंपाकघर आहे. एका भिंतीला हिरवा रंग आहे. हिरवी शेते वाऱ्यानं डुलत आहेत, हे यावरून प्रतीत होतं.

**मी-** असं होय? कमाल आहे!

**गच्चे-** स्वयंपाकघरात या बाजूला पिवळा रंग आहे. पिवळा रंग शेतं पिकून पिवळी झाली. 'देवजीनं करुणा केली, भाते पिकूनही पिवळी झाली', हे यावरून दिसून येईल.

**मी-** आणखी कोणकोणते रंग वापरले आहेत?

**कॉले-** पांढरा रंग एका भिंतीला. शिजवलेला भात पांढऱ्या रंगाचा असतो. सर्व अन्नाचं प्रतीक म्हणून भाताचा पांढरा रंग एका भिंतीसाठी वापरला आहे.

**मी-** तीन भिंती झाल्या. चौथी भिंत कोणत्या रंगाची?

**माळवदे-** चौथी भिंत केशरी रंगाची असेल. भात हे रोजच्या जेवणाचं प्रतीक आहे. केशरी भिंत श्रीखंड, बासुंदी, मसाला दूध वगैरे खानदानी पदार्थ दर्शवण्यासाठी केशरी रंगाची एक भिंत असेल.

**मी-** वरती छताला कोणता रंग असेल?

**गच्चे-** छत मुद्दाम तीन रंगांत विभागलं आहे. एका भागातून पाऊस पडत आहे हे दर्शवणाऱ्या पर्जन्यधारा, एका भागात सूर्यप्रकाश आणि तिसऱ्या भागात पौर्णिमेचं चांदणं– असा आभास निर्माण करणार आहोत. पाऊस पाहावा वाटलं की, छताच्या तेवढ्या भागाकडेच पाहावं. सूर्यप्रकाश ज्या भागात आहे, तिथं विजेच्या पंख्याची सोय असेल. त्यामुळे प्रतीकात्मक सूर्यप्रकाशानंही उकडणार नाही, अशी कल्पना करण्यात आली आहे.

**मी-** या इथं काय दाखवलं आहे प्लॅनमध्ये?

**कौले-** इथं लिहिण्याचं टेबल आहे. टेबलाच्या दोन्ही बाजूंना खिडक्या असतील आणि दोन्ही बाजूंना लाईट लावण्यात येतील. दोन्ही बाजूंना समोरासमोर खुर्च्या असतील.

**मी-** हे सगळं दोन-दोन कशासाठी?

**कौले-** हिंदूंसाठी हा डावीकडून येणारा प्रकाश आहे आणि उजवीकडून येणारा प्रकाश मुस्लिम बांधवांसाठी आहे.

**मी-** पूर्वी रेल्वे स्टेशनवर हिंदू चहा, मुस्लिम चहा अशा पाट्या असायच्या; तसलाच हा प्रकार आहे काय?

**माळवदे-** तो धर्माधिष्ठित प्रकार होता; इथं हा प्रकार लेखनाधिष्ठित आहे.

**मी-** नीट खुलासा करून सांगा. कारण बंगल्यात आम्ही राहणार आहोत. आम्हाला सर्व गोष्टींची नीट माहिती असली पाहिजे.

**छपरे-** बरोबर आहे. मी सांगतो. तुम्ही-आम्ही जेव्हा लिहितो तेव्हा डावीकडून उजवीकडे लिहितो. तेव्हा आपल्या डाव्या बाजूला प्रकाश असला

म्हणजे लिहिताना आपल्याच बोटांची सावली अक्षरांवर पडत नाही. म्हणून आपल्याला प्रकाश डावीकडून पाहिजे. पण मुसलमान मंडळींची लिपी उजवीकडून डावीकडे लिहिण्याची आहे. त्यासाठी उजवीकडे लाईट असला की, बोटांची सावली लिहिता-लिहिता त्या उर्दू अक्षरांवर पडत राहणार नाही. म्हणून धर्माधिष्ठित प्रकाशयोजना या ठिकाणी करण्यात आली आहे.

**मी-** पण अनावश्यक अशी उजवीकडची प्रकाशयोजना कशासाठी?

**माळवदे-** मुद्दाम केली आहे, हिंदू-मुस्लिम ऐक्य साधण्यासाठी. तुमच्याकडे तुमचा मुस्लिम मित्र आला आणि त्यानं त्याला योग्य अशी प्रकाशयोजना पाहिली, तर त्याच्यामध्ये बंधुभाव निर्माण होईल. मग तो बंधुभाव जागृत होईल. दोघांत ऐक्य, ममत्व, समत्व निर्माण होईल. त्यातून काश्मीर ते बाबरी सर्व प्रश्न मिटून नवा बंधुभाव निर्माण होईल. त्यातूनच काश्मीर प्रश्नही चुटकीसारखा निकालात निघेल.

**मी-** कमालीच्या बाहेर कमाल आहे.

नंतर ती चार 'छपरं' गेली. आधुनिक वास्तुशास्त्र, गृहान्तर्गत सजावटशास्त्र, इतक्या सूक्ष्म, इतक्या व्यापक, इतक्या दूरदर्शी, इतक्या अमुक-तमुकापर्यंत सूक्ष्मापासून ब्रह्मांडापर्यंत विचार करतं, हे पाहून मी धन्य (अधिक १० वेळा धन्य) झालो. धन्य होऊन झाल्यावर लगेच जागा झालो.

◻◻◻

# .१४.
# ठरवून योगायोग

ठरवून योगायोग, असं म्हटल्यावर ऐकताना कानांना कसेतरीच वाटत असेल. बरोबर आहे, मलाही तसंच वाटत असतं. परंतु ऐसा भी होता है, त्याला काय करायचं? योगायोग हे अचानक घडून येतात. ठरवून येतात त्याला योगायोग म्हणणं चूक आहे. एखाद्या बड्या साहेबानं आज अचानक एखाद्या विभागाला भेट दिल्यावर तिथला गोंधळ, बेशिस्त पाहून साहेब वैतागतात. सगळ्या स्टाफला दम देऊन सांगतात, ''मी आज इथं सकाळी बरोबर दहा वाजता अचानक आलो होतो. त्या वेळी ऑफिसात कुणीही आलं नव्हतं. म्हणून मी इथं थांबून राहिलो. साडेदहा, पावणेअकरापर्यंत एकेक जण येत होता. असले प्रकार मी खपवून घेणार नाही. आजच्याप्रमाणेच मी उद्या सकाळी बरोबर दहा वाजता सरप्राईज व्हिजीट देणार आहे. माझ्या उद्याच्या पूर्वनियोजित सरप्राईज व्हिजीटच्या वेळी जर कुणी उशिरा आलेला दिसला, तर मी त्याच्याविरुद्ध कडक कारवाई करणार आहे.''

पूर्वनियोजित, पूर्वसूचित सरप्राईज व्हिजीट कधी असते का? ठरवून योगायोग हाही तसलाच प्रकार आहे. ठरवूनच किंवा ठरवल्याप्रमाणेच होत असेल, तर त्याला योगायोग म्हणणं चूक आहे. बरं, चूक आहे म्हणावं; तर असे ठरवून घडवल्यासारखे योगायोग आपण नेहमी अनुभवत असतो. असले ठराविक योगायोग कसे काय घडतात याचं मला नेहमी आश्चर्य वाटतं. असेच काही योगायोग पाहू या; म्हणजे असल्या योगायोगांची तुम्हालाही प्रचिती येईल.

मी छत्री विकत घेतो, तेव्हाची गोष्ट. छत्र्या वारंवार विकत घ्याव्या लागतात. मुख्यत: त्या कुठं तरी हरवल्यामुळे किंवा पार मोडतोड झाल्यामुळे माझी हरवलेली छत्री कोणत्या तरी महाभागाला

मिळत असणार. परंतु दुसऱ्या कुणाची तरी छत्री हरवली आहे आणि ती मला मिळावी, असा सुखद अनुभव मला मात्र वंचित ठेवतो. हरवलेल्या छत्र्या नेहमी दुसऱ्यांनाच का मिळत असतात, याचं कारण कळणं कठीण आहे.

छत्रीच पुन्हा घ्या. मी छत्री विकत घेतो तेव्हा दुकानदार छत्री एकदा, दोनदा उघडून दाखवतो आणि सहज बंद करून सर्व काड्या अगदी सहज मुठीखालच्या पोकळ भागात घालतो. सर्वच्या सर्व काड्यांनी एकजुटीनं त्या जागी जाणं, हा शेवटचाच प्रसंग असतो. मी छत्री घरी आणतो. कशी छान आहे, हे घरात सर्वांना दाखवतो. इथंवर सर्व ठीक आहे. आता छत्री बंद करणे. छत्री बंद झाल्यावर त्या आठही काड्या मुठीखालच्या पोकळीमध्ये मी ढकलू लागतो तेव्हा काड्यांचा चावटपणा सुरू होतो. कोणती तरी एक काडी माझी नजर चुकवून बाहेर राहते. ती काडी आत घालण्याचा प्रयत्न करत असताना, आधी आत गेलेल्यांपैकी दोन काड्या बाहेर येतात (आणि फिदीफिदी हसतात, असा भास होतो.) माझी सध्याची छत्री गेल्या वर्षी घेतली आहे. तिलाही हीच खोड आहे. एक काडी बाहेर राहायचीच, हा ठराविक योगायोग आहे.

हल्ली बाजारात विविध राज्यांचे, देशांचे, खंडांचे, जगाचे नकाशे पुस्तकांच्या रूपानं मिळतात. पुस्तकाच्या कव्हरसारखं कव्हर असतं. आतमध्ये विशिष्ट क्रमानं उभ्या-आडव्या घड्या आपण अगदी सहज उलगडू शकतो. सगळ्या घड्या उलगडल्यावर मोठा रंगीत नकाशा एका कागदावर छापलेला असतो. जिज्ञासू वृत्तीनं आपण तो नकाशा दोन कव्हरांत बंदिस्त करणं कठीण काम असतं. प्रत्येक घडीची एक खोलसर लाईन त्या नकाशावर तयार झालेली असते. क्रमानं घड्या घालत गेलं, तरच होत्या तशा घड्या बसतात. मला अजूनही क्रम कळला नाही. पाच-सहा वेळा चुकीच्या प्रकारे घड्या घालूनही घड्यांचा रीतसर क्रम मला कळतच नाही. बऱ्याच चुकीच्या प्रकारात, चुकून बरोबर प्रकारे घड्या घातल्या जातात, तेव्हा मी हुश्श करतो. माझ्याकडे घडीबद्ध नकाशांच्या पाच-पंचवीस पुस्तिका आहेत. प्रत्येक उघडलेला नकाशा पुन्हा घड्या घालताना फार खळबळ करतो. या ठराविक योगायोगाचासुद्धा मी नेहमी अनुभव घेत असतो.

आपण हॉटेलात जातो तेव्हाही काही ठराविक असे योगायोग तिथं आधीपासूनच हजर असतात. मी जेव्हा जेव्हा हॉटेलात जातो तेव्हाचे ठराविक योगायोग असे असतात. हॉटेलात टेबल-खुर्च्यांच्या रांगा असतात. प्रत्येक रांग एकेका वेटरकडे असते. मी कुठल्या तरी एका टेबलाशी बसतो. योगायोग सुरू. पलीकडच्या रांगेतला वेटर त्याच्या गिऱ्हाइकांच्या ऑर्डरी घेऊन खाद्यपदार्थ आणूनही ठेवतो. इकडच्या रांगेचा वेटरही भराभर खाद्यपदार्थ देत असतो. नेमका माझा वेटरच गायब

झालेला असतो. मध्येच पोऱ्या पाण्याचा ग्लास ठेवून जातो. मी घोटभर पाणी पितो. तोच पोऱ्या पुन्हा येतो. जवळजवळ पूर्ण भरलेला ग्लास ठेवतो. पण वेटरचे काय? तो गायबच असतो. शेवटी कंटाळून मी त्या पलीकडच्या टेबलाशी बसतो. एवढ्यात आधी टेबलाचा वेटर उगवतो आणि बदललेल्या जागेचा वेटर मावळतो. काय ठराविक योगायोग आहे! मी येणार आहे, हे त्या वेटर्सना आधीचं कसं काय कळत असेल बरं? आपला वेटर बराच वेळ गायब होणं, हे मी नेहमी अनुभवतो.

आणखी एक ठराविक योगायोग तुम्हा-आम्हा सर्वांच्या परिचयाचा आहे. टूथपेस्ट, दाढीची पेस्ट, बाहेरून लावायची औषधे अशा कितीतरी वस्तू ट्यूबमधून मिळतात. ही ट्यूब पातळ कार्डबोर्डच्या कार्टनमधून मिळतात. उदाहरण म्हणून टूथपेस्टचं डबडं (कार्टन) घ्या. त्याला दोन्हीकडे तोंडं असतात. जेव्हा जेव्हा म्हणून नवीन टूथपेस्ट डबड्याबाहेर आपण काढतो, तेव्हा प्रत्येक वेळी ठराविक योगायोगानं नेमकं उलट्या बाजूनं ती उघडतो. उघडल्यावर टूथपेस्टच्या ट्यूबची उलटी चपटी बंद बाजू दिसते. मग ती बाजू बंद करून विरुद्ध बाजूनं उघडावं तेव्हा कुठं टूथपेस्टच्या ट्यूबचं मुखकमल दिसतं. विचित्र योगायोगामुळे प्रथम 'अधोदर्शन' आणि मग 'मुखदर्शन' असा नित्याचा योगायोग होऊन बसला आहे. दाढीच्या ट्यूबचीही तीच गत असते. हटकून त्या ट्यूबचं डबडंही उलट्या बाजूने उघडलं जातं. सिगारेटच्या पाकिटाचंसुद्धा असंच असतं. हमखास उलट्या बाजूनं उघडलं जातं. त्यातल्या त्यात एक बरी सोय सिगारेटच्या पाकिटावर असते. 'सिगारेट स्मोकिंग इज इंज्युरस टू हेल्थ' अशी वैज्ञानिक ताकीद त्यावर छापलेली असते. त्यामुळे नेहमी सिगारेट ओढणाऱ्यांची चांगली सोय झालेली असते. त्या छापील सूचनेमुळे सिगारेट ओढणाऱ्यांच्या असं लक्षात येतं की, या सूचनेच्या बाजूनं सिगारेटचं पाकीट उघडायचं नसतं, उलट बाजूनं उघडायचं असतं.

आपल्या चपला दोन्ही अंगठे, बंद पट्टे, तळवे इत्यादी सर्व अवयवांनिशी सुस्थितीत असतात आणि आपण रस्त्यानं चालत असतो. अशा वेळी रस्त्याच्या त्या फुटपाथावर एक चांभार बसलेला असतो, तर त्या झाडाखाली दुसरा चांभार दुरुस्ती करत बसलेला असतो. तिसरा चांभार 'चप्पल दुरुस्ती' असं ओरडत फिरत असतो. आणखी थोडं पुढं गेलं की, चौथा चांभार स्वत: होऊन उगीचच विचारतो, "चप्पल दुरुस्त करायची काय?" हा ठराविक योगायोग आणि याच्या उलटही एक ठराविक योगायोग असतो. तो म्हणजे, जेव्हा आपल्या चपलेचा अंगठा किंवा वादी तुटलेली असते तेव्हा संपूर्ण रस्ता, संपूर्ण मोहल्ला निचांभार झालेला असतो. सगळेच्या सगळे चांभार अचानक कुठं गेलेले असतात, कुणास ठाऊक? दोन-दोन किलोमीटर फरफटत चालावं लागतं. ठराविक योगायोग! दुसरं काय?

आणखी एक ठराविक योगायोग. सरकारी ऑफिसं आणि बँका रविवारी बंद असतात, एवढंच आपण लक्षात ठेवतो. आणखी एक वाक्य लक्षात ठेवतो ते म्हणजे, सेकंड स्टॅटर्डे व फोर्थ सॅटर्डेला ऑफिस बंद असतं. पण एवढं तोकडं ज्ञान असून चालत नाही. सेकंड आणि फोर्थ एवढंच लक्षात ठेवलं की, ठराविक योगायोग हजर. आपण इन्कम टॅक्स ऑफिस, रेडिओ, टीव्ही, रेल्वे, कस्टम वगैरे ऑफिसात फर्स्ट अँड थर्ड सॅटर्डेला गेलो की तिथं मोठं कुलूप असतं (रेडिओ-टीव्ही चालू, पण ऑफीस बंद), कारण ही सगळी केंद्र सरकारची खाती असतात. त्यांना सगळ्या शनिवारी सुट्टी असते. गुड फ्रायडे आला की पाठोपाठ त्यांचा गुड सॅटरडें आणि गुड संडे असतो. संबंधित कर्मचाऱ्यानं सोमवारी दांडी मारलेली असते. तो त्याचा गुड मंडे असतो. आपलं अर्जंट काम निघालं की, सरकारी ऑफिसं आणि बँका ओळीनं तीन दिवस बंद असतात. ठराविक योगायोग! असं अनेकदा घडतं खरं. असे ठराविक योगायोग पुष्कळ सांगता येतील.

❑❑❑

# ·१५·
# छत्तीसगुणी पेन्शनर

लग्न ठरवताना छत्तीस गुण जमून येणं, हे चांगलं मानलं जातं. हे जमून येणं आठ प्रकारांनी पाहिलं जातं. प्रत्येक प्रकारात किती गुण ठरलेले आहेत, हे पाहू या : वर्ण : १ गुण, वश्य : २ गुण, नक्षत्र : ३ गुण, योनी : ४ गुण, ग्रह : ५ गुण, गण : ६ गुण, राशी : ७ गुण आणि नाडी : ८ गुण. एकंदर गुण छत्तीस झाले. असे ३६ गुण जमले म्हणजे लग्न लाभतं.

छत्तीस हा आकडा आणखी काही कारणांनी प्रसिद्ध आहे. या ३६ आकड्यातील ३ आणि ६ यांची तोंडं विरुद्ध दिशांना आहेत. दोघांचं अजिबात पटत नाही. उदाहरणार्थ— बंडोपंत आणि गुंडोपंत यांचा छत्तीसचा आकडा आहे, याचा अर्थ दोघे भांडलेले आहेत आणि एकमेकांचं तोंडही पाहत नाहीत. हा ३६ आकडा छचोर स्त्रीच्या बाबतीतही वापरला जातो. रंगेल, नाच-गाणं करणारी स्त्री, छत्तीस नखरेवाली म्हणून ओळखली जाते.

समाजात मोठ्या प्रमाणात अशी मंडळी आहेत की, ती 'छत्तीस गुणी'मध्ये मोडतात. त्या मंडळींना पत्ताही नसतो की, आपण छत्तीस गुणी आहोत. मला तरी कुठं पत्ता होता? माझे सुपरिचित स्नेही श्यामराव खळदकर गेल्या वर्षी सेवानिवृत्त झाले. वर्ष होऊन गेलं. त्यांच्याकडे नेहमी जाणं-येणं होत असतं. घराजवळ राहतात म्हणून विशेष घसट. निवृत्त व्हायच्या आधी त्यांच्या ठायी निवृत्त्युत्तर असे गुण नव्हते; पण निवृत्त झाल्या-बरोबर पूर्वसूरींना (मराठी : जुन्या पेन्शनरांना) वाट पुशीत-पुशीत एकेक गुण जमा करत आजमितीला श्यामराव खळदकर हे छत्तीसगुणी पेन्शनर झाले आहेत. अशा श्यामरावांच्या छत्तीस गुणांपैकी काही गुणांची ओळख करून घेऊ या.

१ : वय झाल्यामुळे लवकर उठतात. एका टोकाला वाकवलेली काठी हातात घेऊन सूर्योदय अजून होतोय तोपर्यंत शेजारच्या आणि आजूबाजूच्या घरांच्या अंगणातील फुलझाडांच्या फांद्या काठीनं आपल्याकडे ओढून भराभरा आणि जास्तीत जास्त फुलं तोडण्याचं 'पुण्यकार्य' दररोज करत असतात.

२ : सकाळी सूर्योदयापूर्वी फिरायला जाणं. फुलं घरात ठेवली की, मग श्यामराव खळदकर फिरायला जातात. फुलं लवकर पदरात पाडून घ्यावी लागतात. मालकासह इतर मंडळीही त्या फुलांवर टपलेली असतात.

३ : पेन्शनरांनी फिरायला जाताना कोणता 'युनिफार्म' घालायचा याचे न-कळत संकेत ठरून गेले आहेत. धोतरानं पायात लुडबुड करू नये, धोतराचा दुटांगी काचा, शर्ट चिलखतासारखा, ऊर्ध्वांग झाकणारा, पूर्ण बाह्यांचा गळा बंद स्वेटर, डोक्यावर कानही झाकणारी लोकरी, विणलेली टोपी, हातात काठी—मुठीची किंवा एका बाजूनं वाकवलेली, गळ्याभोवती मफलर, पायात पायमोजे, त्यावर बूट किंवा तत्सम पादत्राणं इतका बंदोबस्त करून श्यामराव फिरायला जातात. हा चिलखती बंदोबस्त हिवाळ्यात असतो. उन्हाळ्यात गळ्याभोवती निदान मफलर तरी असतोच. जेव्हा पावसाळा सुरू होतो तेव्हा, धोतराचा काचा जवळजवळ गुडघ्यापर्यंत येतो. पँट असल्यास खालून वर घडीवर घडी, घडीवर घडी, घडीवर घडी घालून शेवटची घडी गुडघ्यापाशी येते. घडीऐवजी दुसरा एक 'पाठभेद' आहे. पँट खालून थोडी वर उचलायची; मग रुंदीचा भाग तंगडीला घट्ट लपेटून तिथं पाऊण-वर्तुळाकृती क्लिप लावायची. श्यामराव दोन्ही प्रकार करतात. रेनकोट, पावसाळी टोपी, छत्री, पावसाळी चपला अशा वेषात श्यामराव फिरायला जातात. प्रत्येक ऋतूतले त्यांचे 'युनिफॉर्म' ठरलेले आहेत. त्याप्रमाणे ते परिधान करत असतात.

४ : सेवानिवृत्त झाल्याबरोबर श्यामरावांनी खुर्चीचा प्रकार बदलला. लगेच ते आरामखुर्चीवर बसू लागले. आरामखुर्ची म्हणजे पेन्शनरांचं सिंहासनच! आरामखुर्चीत बसून वर्तमानपत्राचं वाचन (वाचन म्हणण्यापेक्षा रवंथ म्हणणं योग्य) सुरू असतं. ते वर्तमानपत्र कोणत्या छापखान्यात छापलं, कुणी प्रसिद्ध केलं, संपादक कोण आहे (कालचाच आज आहे ना?) हे सर्व वाचून काढतात. पहिल्या पानावरच्या कित्येक बातम्यांच्या संदर्भात, 'पान ५ पाहा' असं छापलेलं असतं. श्यामराव पान ५ काढून सगळ्या बातम्यांच्या शेपट्या शेवटच्या वाक्यातल्या पूर्णविरामापर्यंत वाचतात.

५ : सेवानिवृत्त होऊन पेन्शन सुरू झाली तरी ऑफिसला मधून भेटतातच.

सहकारी कुलकर्णी, प्रधान, देशमुख, रामस्वामी, मिस फर्नांडिस— सर्वांचं क्षेमकुशल उगीचच विचारत फिरतात. आपण निवृत्त झाल्यावर ऑफिसचं कसं काय होणार, ही काल्पनिक काळजीही श्यामराव व्यक्त करतात. (खरं म्हणजे, ते नोकरीवर असताना ऑफिसचं कसं काय होणार, अशी काळजी केली असती, तर ते एक प्रकारे योग्य तरी ठरलं असतं.)

६ : ऑफिसातल्या हल्लीच्या तरुणांचं इंग्लिश फार कच्चं असतं (हे खरं असलं तरी), हे त्याचं ठाम मत असून, आमच्या वेळचं इंग्लिश कसं फर्डा असे, असं लाडकं मत असे. काही झालं तरी आम्ही तर्खडकरांच्या तिन्ही पुस्तकांतून खडतर परिश्रम करून इंग्लिश पक्कं केलेली माणसं; शिवाय 'काळेज् ट्रान्स्लेशन्स'वरून इंग्लिश आणखी पक्क व्हायचं. सर्वांच्या डोक्यावर 'रेन अँड मार्टिन' होतं. आमच्या वेळचे म्याट्रिक बी. ए. च्या तोंडात मारायचं. बी. ए. तर एम. एम. च्या तोंडात मारायचं, एम. ए. मग पीएच. डी. च्या तोंडात मारत असे. असं आमचं इंग्लिश असायचं.

७ : वडीलकीचा हक्क बजावणं, हेही एक पेन्शनरांचं लक्षण असतं. श्यामराव याबाबतीत चविष्टपणे जागरूक असतात. दसऱ्याचं सोनं किंवा तिळगूळ द्यायला एखादी नवविवाहित तरुणी येते. साडी, ब्लाऊज, तरुण वयाची अंगलट वगैरेसह ती येते आणि 'सोनं' किंवा तिळगूळ देऊन ती श्यामरावांना वाकून नमस्कार करते. उभी राहते, कुणाची कोण, हे सगळं माहीत असूनही 'प्रेमळपणे' ('प्रेमळ'ऐवजी 'चावट'पणे शब्द योग्य असूनही तसं बरं दिसत नाही, म्हणून 'प्रेमळपणे') तिच्या आ-मान कंबर (मानेपासून कमरेपर्यंत चाल : आपाद-मस्तक) एवढ्या भागावर हात फिरवत तिला विचारतात, ''देशपांड्यांची जयश्री का?'' ती 'होय' म्हणते. मग श्यामराव पाठीवरून हात फिरवण्याचा 'प्रेमळपणा' पुन्हा करतात आणि म्हणतात, ''जयश्री, किती मोठी झालीस? मुलीच्या जातीची वाढ झपाट्यानं होत असते, हे खरं आहे. तुला फ्रॉक-परकरात पाहिलं आहे.'' असे म्हणून तिसऱ्यांदा तेच! श्यामराव पेन्शनर झाल्यावर हे निष्ठापूर्वक करत असतात. वयामुळे कुणी आक्षेप घेत नाहीत; त्याचा लाभ श्यामराव उठवतात.

८ : नातवंडांना सांभाळणं ही अपरिहार्य ड्युटी श्यामरावांनाही करावी लागते. त्याचंही कौतुकछाप भांडवल श्यामराव करत असतात. ''आयुष्यभर ती नोकरी केली; आता ही नोकरी'' अशी गोड तक्रार करतात. ''तुका म्हणे आता उरलो नातवंडांपुरता'' असं म्हणत नातवंडं सांभाळतात.

९ : 'साठोत्तर क्लब' असं एखादं नाव ठेवून आठ-दहा पेन्शनर एकत्र येतात.

जवळपास राहणारेच असतात. आपापल्या घरातून निघून गावाच्या थोडं बाहेर ठराविक ठिकाणी बसतात. गप्पा, जुने दिवस, सध्याचे परतंत्र दिवस, सुनेचं वागणं, मुलाचा बथ्थडपणा इत्यादी हुकमी विषयांवर स्वानुभवकथन वगैरे वगैरे विषय तोंडाळून (चाल : हाताळून) होतात. श्यामरावही आपल्या सुनेबद्दल चार शब्द सुनावतात. त्यावर दुसरे सासरे सांगतात, ''श्यामराव, तुमची सून परवडली; माझी सून मला वृद्धाश्रमात जाऊन राहा म्हणते. परंतु थ्री-रूम-किचनचा फ्लॅट माझ्या नावावर आहे. त्यामुळे चडफडत का होईना, करते.'' यावर श्यामराव सांगतात— ''मी सुनेच्या वडिलांना फ्लॅट घ्यायला एक लाख रुपये बिनव्याजी दिले आहेत, म्हणून सून नाइलाजानं प्रेमानं वागते.'' असं सुना-प्रवचन संपवून श्यामरावादी सासरे घरोघरी जातात.

१० : मेडिकल चेकिंग हा एक आवडता छंद आहे. बहुतेक पेन्शनर कौतुकानं डॉक्टरांकडे जाऊन हा सोहळा साजरा करतात. ''ठीक आहे. बी. पी. तसं नॉर्मल आहे.'' आणखी काही काही. मग डॉक्टर पुढं सांगतात, ''या वयात बी. कॉम्प्लेक्सच्या गोळ्या घेत चला. प्रकृतीला बरं असतं.'' श्यामराव कौतुकानं गोळ्या घेतात. पेन्शनर म्हटलं की, हेही करावंच लागतं.

११ : उतरत्या वयात डायबेटिस होणं, हे 'शुभलक्षण' मानलं जातं. ''सध्या खाण्या-पिण्याचं पथ्य सांभाळतोय. डायबेटिसनं माझ्याकडे मुक्काम ठोकला आहे.'' अशा अक्षरश: गोड तक्रारीची जाहिरात करण्यात मनाला एक आगळाच आनंद होतो. गोड पदार्थ वर्ज्य, याचीही गोड-गोड जाहिरात. ''ते काही नाही! त्रास झाला तरी चालेल; पण आज मी श्रीखंड/आम्रखंड/बासुंदी/ (जे असेल ते) खाणारच!'' असं 'शौर्य' दाखवून श्रीखंड खाण्यात एक प्रकारचा धाडसी आनंद असतो. श्रीखंडाबरोबरच हा आनंदही श्यामराव चाखत असतात.

१२ : ''परवाच एक माईल्ड हार्ट अ‍ॅटॅक येऊन गेलाय'', हे पेन्शनरावस्थेतील महावाक्य बोलताना श्यामरावांना धन्योहम्-धन्योहम्-धन्योहम् असा उच्चप्रतीचा मधुरचिंतात्मक आनंद होतो. पहिल्या अ‍ॅटॅकचा गवगवा करून ठेवला की, घरातली माणसं दगदग करू देत नाहीत. म्हणून पेन्शनरांनी पहिला माइल्ड अटॅक आला रे आला की, त्याची पद्धतशीर जाहिरात करावी. श्यामराव तेच करतात.

श्यामरावांचे फक्त बारा गुण सांगितले आहेत. आणखी चोवीस गुण शिल्लक आहेत. तुम्हालाही बरेच पेन्शनर माहीत असतीलच. उरलेले चोवीस गुण तुम्ही शोधा, म्हणजे ३६ गुणी पेन्शनर ही संख्या पूर्ण होईल.

❑❑❑

# .१६.
# भाकड बोलणं

किती तरी माणसं अशी असतात की, ती नेहमी भाकड, ढिसाळ, वायफळ वगैरे पद्धतीनं बोलत असतात. असली माणसं कुठंही पाहायला मिळतात. वाचन, विचार करणं, मुद्देसूद बोलणं, चार-दोन विषयांची बऱ्यापैकी माहिती असणं वगैरे गोष्टींचा आणि त्यांचा अजिबात परिचय नसतो. त्यामुळे असली माणसं कसंही बोलत असतात. माझ्या शेजारचे श्यामराव हे असेच एक गृहस्थ आहेत. फालतू बडबड करत असतात. बोलण्यात कशाचाही कशाला मेळ नसतो. एका विषयातून चमत्कारिक रीतीनं दुसऱ्या विषयाकडे वळतात. बोलण्याचा दर्जा सामान्यच असतो. श्यामरावांचा भोंगळ आणि वायफळ बडबडण्यात हातखंडा आहे. श्यामराव एके दिवशी नेहमीप्रमाणे आले आणि त्यांनी लगेच बोलायला सुरुवात केली—

"बरं का विनायकराव, (म्हणजे मी! दुसरं कोण असणार?) तुम्हाला सांगतो, मी संध्याकाळी साडेसहाच्या सुमारास दादर स्टेशनात आलो. त्या वेळी पब्लिकचीही जंक्शन गर्दी होती. लोकलमध्ये चढण्याच्या धांदलीत माझी एक चप्पल खाली रुळांवर पडली. सर्व डबे जाईपर्यंत मला थांबावं लागलं. तेवढ्यात तिथं एक फेटा बांधलेला माणूस आला आणि तिथंच पचकन थुंकला. तुम्हीच सांगा, असं वाटेल तिथं पचापच थुंकणं बरं दिसतं का? नाही, तुम्हीच सांगा, असं पचापच थुंकणं बरं दिसतं का? हे जर लोकांना कळलं, तर लोक त्या थुंकणाऱ्याच्या तोंडावर थुंकतील ना! मी म्हणतो ते बरोबर आहे ना? समजा, ते चुकीचं असेल, तर बरोबर काय ते तरी तुम्ही सांगा. आता सांगायचं की नाही; तुमचा प्रश्न आहे. मी बळजबरी करणार नाही. माझा स्वभाव

तसा मुळीच नाही, हे तुम्हाला माहीत आहे...''

"बरं, तुमच्या चपलेचं काय झालं?''

मी फरफटत जाणारं बोलणं थोपवून विचारलं.

"त्यांचं काय झालं विनायकराव,'' श्यामराव सांगू लागले, "तेवढ्यात घोषणा झाली की अंबरनाथ-डबल फास्ट लोकल आज दोन नंबरच्या प्लॅटफॉर्मवर येणार आहे. कमाल आहे की, नाही? एक आणि दोन नंबरचे प्लॅटफॉर्म स्लो गाड्यांसाठी असतात, तिथं डबल फास्ट अंबरनाथ लोकल येणार. सगळे लोक जिना चढून तिकडे धावले. त्यामुळे झालं काय, पायातल्या एकाच चपलेनं मीही धावत सुटलो. तिथं गेल्यावर पुन्हा घोषणा झाली, 'अंबरनाथ डबल फास्ट आजही नेहमीच्याच प्लॅटफॉर्म नंबर पाचवर येणार आहे.' पुन्हा धावपळ झाली. त्या धांदलीत दुसरी चप्पलही कुठं तरी पडली. मी अनवाणी मूळ जागी आलो. ती रुळामधली चप्पल तेवढ्यात कुणीतरी ढापली. एका पायानं लंगडा असलेल्या माणसानं ती नेली असावी, असं मला वाटतं. मग काय झालं, नवीन घोषणा सुरू झाली, 'अंबरनाथ लोकल आज सुमारे अर्धा तास लेट आहे.' तुम्हीच सांगा— मी काय करू अर्धा तास? मी हॉटेलात असतो, तर काही बाही खात-खात अर्धा तास काढला असता. घरी असतो तर मी अर्धा तास झोप काढली असती. बस स्टॉपवर उभा असतो, तर इष्ट बस येण्याची वाट बघण्यात अर्धा तास सहज गेला असता; परंतु तिथं मी काहीच करू शकत नव्हतो.''

"पुढं काय झालं? अनवाणी घरी आलात ना?'' मी बोलणं थांबवत विचारलं.

"घरीच जाणार. दुसरीकडे 'कुठे' (नाकावर बोटाची टिचकी) जायची सवय नाही. मध्येच एक विचार मनात येऊन गेला— राम, सीता आणि लक्ष्मण या तिघांच्या एकूण सहाही पायांत पादत्राणं नव्हती. ते सहा पाय तब्बल चौदा वर्षें वणवण (वन-वन = या वनातून त्या वनात) हिंडत होते. बरं का, माझे आजोबासुद्धा अनवाणी हिंडायचे. एकदा काय झालं, त्यांच्या पायात बाभळीचा लांबलचक काटा मोडला. पुढं त्या काट्याचा नायटा झाला. तेव्हापासून लोक त्यांना 'नायटे आजोबा' असं म्हणू लागले. माझ्या आजोबांना शेवयाची खीर खूप आवडायची. म्हणून माझी आजी दर उन्हाळ्यात भरपूर शेवया करून ठेवत असे.''

"श्यामराव मूळ मुद्द्यावर या. एकदम पन्नास वर्षें मागं जाऊ नका.'' मी म्हणालो.

"खरंच पन्नास वर्षं कशी भुर्रकन उडून गेली! स्वातंत्र्य मिळूनही पन्नास वर्षें होऊन गेली. त्या १४-१५ ऑगस्टच्या मध्यरात्री बरोबर ११ वाजून ६० मिनिटांनी

आपला देश स्वतंत्र झाला. मी ते दृश्य त्या वेळच्या सचिवालयाच्या समोर उभा राहून पाहिलं होतं.''

''श्यामराव, तुम्ही सुरुवातीला दादर स्टेशनवर होतो, असं सांगितलं होतं. आता तुम्ही कुठल्या कुठं गेलात! थोड्या वेळानं असंच मागं-मागं जात इसवी सन १ ओलांडून त्यापलीकडे तीन-साडेतीन शतकं जाल. चाणक्य आणि चंद्रगुप्त मौर्य या दोघांनाही भेटून आलो होतो, असंसुद्धा सांगाल.'' मी म्हणालो.

''चंद्रगुप्तावरून बरी आठवण झाली,'' श्यामराव पुन्हा भरकटले. ते म्हणाले, ''माझ्या लहानपणी गावात 'चंद्रगुप्त उपाहार गृह' या नावाचं हॉटेल होतं. तिथलं गरमागरम मसाल्याचं दूध, गारेगार आइस्क्रीम या वस्तू प्रसिद्ध होत्या. मालक उत्तर भारतीय हिंदी भाषा बोलणारा होता. पेंटरला सांगून त्यानं एक बोर्ड मराठीत बनवून घेतला होता. 'येथे गरमागरम मसाला दूध आणि गारेगार आइस्क्रीम मिळते.' असं त्यानं हिंदीमधून सांगितलं. पेंटरनं भलतंच ऐकलं आणि मोठा बोर्ड ऑईलपेंटनं लिहून आणला. मालकाला मराठी समजत नव्हतं. त्याला वाटलं, बोर्ड बरोबर लिहिला आहे. तुम्हाला सांगतो विनायकराव, बोर्डावर पेंटरनं असं लिहिलं होतं की, 'येथे गरमागरम आइस्क्रीम आणि थंडगार मसाला दूध मिळेल!' आमची खूप करमणूक झाली. मी त्या हॉटेलात जाऊन मालकाकडे गरमागरम आइस्क्रीम मागितल्यावर तो चंद्रगुप्त गरम झाला आणि मला मारायला धावला. त्याच्याच धोतरात पाय अडकून धप्पदिशी पडला. मी पळत-पळत घरी गेलो. लहानपणाच्या अशा एकेक गमती होत्या.''

''श्यामराव, मुद्द्याला येऊन बोला ना. एकदम अडीच हजार वर्षं मागं जाता आणि धाड्कन बालपणापाशी येता.''

''बालपणावरून बरी आठवण झाली,'' श्यामराव म्हणाले, ''इतिहासाच्या तासाला मास्तरांनी वर्गाला प्रश्न विचारला, 'तानाजी मालुसरे कोणत्या लढाईमध्ये धारातीर्थी पडला?' कुणालाही उत्तर देता आलं नाही. मी हात वर केल्यावर मास्तर मला म्हणाले, 'श्याम, तू सांग.' मी म्हणालो, 'तानाजी मालुसरे शेवटच्या लढाईमध्ये धारातीर्थी पडले.' उत्तर बरोबर. कारण शेवटच्या लढाईत धारातीर्थी पडण्याची भारताची थोर आणि शूर परंपरा आहे.''

''श्यामराव, तुम्ही खरंच ग्रेट आहात! किती अस्ताव्यस्त बोलत आहात.'' मी कंटाळून म्हणालो, तेव्हा श्यामराव म्हणाले, ''मी कसलं अस्ताव्यस्त बोलतोय. उत्कृष्ट अस्ताव्यस्त, बिनबुडाचं, भाकड वगैरे वगैरे बोलावं, तर आमच्या काकांनी. थोडासा नमुना सांगतो.'' असं म्हणून काकांचा सँपल सादर केला.

श्यामरावांच्या तोंडून काका उवाच :

"श्याम, माझ्या लहानपणी माझ्या वडिलांच्या लहानपणापेक्षा महागाई फार होती. त्या काळात एक रुपयाला ५० शेर (सुमारे तेवढे किलो) बासमती तांदूळ मिळायचे, तर माझ्या लहानपणी तेच बासमती तांदूळ एक रुपयाला फक्त ४० शेरच मिळत होते. याचं कारण उत्तर ध्रुवावर बर्फ जास्त पडू लागलं होतं. हे थांबवण्यासाठी सरकारनं एक समिती नेमली होती. त्या समितीनं एक उपाय सुचवला होता. तो म्हणजे, देशातल्या सर्व आगगाड्यांचा वेग दुप्पट वाढवला पाहिजे; पण त्यासाठी देशात साक्षरतेचं प्रमाण वाढवलं, तरच ते शक्य होईल. असं होण्यासाठी तुरीच्या डाळीचं उत्पादन, हरभऱ्याच्या डाळींची निर्यात झाली, तरच शक्य होईल. पण ते सर्व व्हायचं म्हटलं तर दुधाचं उत्पादन दसपटीनं वाढलं पाहिजे, वगैरे वगैरे.''

"श्यामराव, निघा आता! माझे दोन्ही कान तुमचं भाकड बोलणं ऐकून धन्य झाले आहेत.''

□□□

# .१७.
# १ कोटी
# २० लाख

पहिल्याच वाक्यात सांगून टाकतो की, १ कोटी २० लाख ही यंदा झालेल्या (२००१ मध्ये) जनगणनेप्रमाणे मुंबई महानगराची लोकसंख्या आहे. लगेच पुढची आकडेवारीही ऐकून घ्या. ठाणे महानगराची लोकसंख्या या जनगणनेप्रमाणे १२ लाख झाली असून कल्याण-डोंबिवली महानगराची लोकसंख्या १२.५ लाख (साडेबारा) झाली आहे. भिवंडीची लोकसंख्या ७ लाख झाली आहे. नवी मुंबईसुद्धा मागं नाही. उल्हासनगरसुद्धा म्हणतं, 'हम भी कुछ कम नहीं!' त्यामुळे झालं काय ते बघण्यासारखं आहे. जगामध्ये कुठंही नसेल अशी एक लोकविलक्षण (लोकांच्या संख्येमुळे विलक्षण) गोष्ट मुंबईच्या परिसरामध्ये प्रत्यक्ष अस्तित्वात आहे. ती अशी : मुंबई महानगरपालिका, तिला चिकटूनच नवी मुंबई महानगरपालिका आणि ठाणे महानगरपालिका, ठाणे महानगरपालिकेला चिकटून कल्याण-डोंबिवली महानगरपालिका, या महानगरपालिकेला चिकटून उल्हासनगर महापालिका आहे. किती झाल्या? सहा! एकाला एक चिकटून सहा महानगरपालिका जगात दुसरीकडे कुठं तरी आहेत काय? शक्यच नाही. असलं घडण्यासाठी १०० कोटींपर्यंत लोकसंख्या नेण्याचा पुरुषार्थ अंगी असावा लागतो. असला पुरुषार्थ आपल्या देशात ओसंडून वाहत असतो. तब्बल १०० कोटी म्हणजे खायची गोष्ट नाही. 'तेथे अधिष्ठान पाहिजे पुरुषार्थाचे' हे सुवचन लक्षात घेऊन शेकडो, हजारो, नागरिक सतत कार्यरत असतात. भिवंडीसुद्धा कल्याणला लागूनच आहे. तिथंसुद्धा महानगरपालिका होऊ घातली आहे. म्हणजे एकाला एक लागून सात महानगरपालिका होतील. त्यानंतर अंबरनाथ- बदलापूर- कुळगाव मिळून आणखी

एक महानगरपालिका सहज कामाला येऊ शकेल. खटपट्या राजकारणी लोकांनी खटपट केली, तर एकाला एक चिकटून आठ महानगरपालिका सहज होऊ शकतील.

या महानगरपालिकांच्या क्षेत्रफळांतर्गत किती तरी खेडीपाडी आहेत. त्यांची लोकसंख्याही विचारात घेतली पाहिजे. तिकडे मुंबईतील पश्चिम रेल्वेच्या दहिसरपर्यंत महानगरपालिका आहे. परंतु मुंबईशी संलग्न भाग विरार-डहाणूपर्यंत आहे. ती लोकसंख्याही जमेला धरा. ह्या सगळ्या सलग लोकसंख्यांचं एक सुपरमेगा गाठोडं बांधलं, तर त्या सुपरमेगा गाठोड्यात दोन कोटी लोक सहज असू शकतील. 'मुंबई- बृहन्मुंबई- मेगा मुंबई— सुपरमेगा मुंबई' असं स्वरूप झालं आहे.

सुपरमेगा मुंबई— जग आणि लोकसंख्या याची आकडेवारी पाहिली तुम्ही थक्क व्हाल. (थक्क व्हायला जोडीला मी आहेच.) गेल्या वर्षी म्हणजे परवा-परवापर्यंत २००० मध्ये संपूर्ण जगाची लोकसंख्या ६ अब्ज, ६ कोटी, ७० लाख एवढी होती. या मधल्या काळात ३० लाखांची कसर जगातल्या शूरवीर मंडळींनी नक्की भरून काढली असणार. त्यातही खारीचा वाटा इतर देशांचा असून सिंहाचा वाटा आपल्या देशाच्या असणार. कारण आपल्या देशातले पुरुषसिंह आहेतच तसे. निरनिराळ्या प्रकारच्या तुलना करून पाहू या. भारताचं क्षेत्रफळ सुमारे ३३ लाख चौरस किलोमीटर आहे, तर जगामधला सर्वांत मोठा असलेल्या रशियाचं क्षेत्रफळ १ कोटी ७० लाख चौरस किलोमीटर आहे. (वेळ असल्यास आणि गणित कच्चं नसल्यास रशियाला भारतानं भागा. जो भागाकार येईल तितक्या पट रशिया भारतापेक्षा मोठा आहे.) हे झालं क्षेत्रफळ. आणि आता वंशफळ! भारताची लोकसंख्या कधीच १०० कोटी झाली असून पुढील घोडदौड सुरूच आहे. आणि तिकडे रशिया एवढा प्रचंड देश असूनही रशियाची लोकसंख्या 'फकस्त' १४ कोटी ५० लाख आहे. (इथं भारताला रशियानं भागा, म्हणजे आपला मानवी पराक्रम किती आहे, ते दिसून येईल.)

दुसरं उदाहरण चीनचं घ्या. चीनचं क्षेत्रफळ भारताच्या सुमारे तिप्पट आहे— ९५ लाख चौरस किलोमीटर. आणि लोकसंख्या? संपूर्ण जगात चीन 'नंबर वन' वर आहे. १ अब्ज २६ कोटी लोकसंख्या आहे. संख्यात्मकदृष्ट्या पाहिलं, तर 'नंबर वन' बरोबर आहे. परंतु क्षेत्रफळाचा विचार केला, तर भारताचाच पहिला नंबर लागेल. तिप्पट मोठ्या असलेल्या चीनची लोकसंख्या खरं म्हणजे भारताच्या लोकसंख्येच्या तिप्पट म्हणजे ३०० कोटी असायला पाहिजे. परंतु, वस्तुस्थिती अशी आहे की, चीनची लोकसंख्या फक्त १२६ कोटीच आहे. (एवढा मोठा अनुशेष चीन भरून काढू शकेल काय? आणि तो अनुशेष भरून काढला

जाईपर्यंत ऐतद्देशीय मंडळी कडक ब्रह्मचर्य पाळून बसतील काय? कंसातल्या दोन्ही प्रश्नांची उत्तरं : 'नाही' आणि 'नाही'. कंस पूर्ण.)

अमेरिकेतला कॅनडा देश घ्या. सॉलिड मोठा देश आहे. क्षेत्रफळ चक्क ९९ लाख (भारताच्या तिप्पट) चौरस किलोमीटर आहे आणि लोकसंख्या? सांगताना मलाच संकोच वाटतो. एवढ्या प्रचंड देशाची लोकसंख्या फक्त ३ (अक्षरी तीन) कोटीच असावी? कमाल आहे! किमान लोकसंख्येच्या बाबतीत 'कमाल' आहे. ती मंडळी मूलोद्योग ('मूल' आणि 'उद्योग') सोडून इतर उद्योगच फार करतात, असं दिसतं. आकारानं मोठा याबाबतीत जगात कॅनडाचा दुसरा नंबर लागतो. कॅनडानंतर 'यू.एस.ए'चं क्षेत्रफळ भारताच्या क्षेत्रफळाच्या तिपटीपेक्षा थोडंसं कमी, पण लोकसंख्या सिर्फ २७ कोटी ५० लाख. या २७ कोटी ५० लाखांमध्ये बिल क्लिंटन, बिल गेट्स ही दोन बिलं, मोनिका, अल गोर (पराभूत अ- भूत राष्ट्राध्यक्ष), जॉर्ज बुश (राष्ट्राध्यक्ष) ते जॉर्ज बुश (या जॉर्ज बुशचे वडील) सगळे-सगळे आले. कुठं ते २७ कोटी आणि कुठं आपले दणदणीत १०० कोटी! याबाबतीत का होईना, आपण जगात सर्वश्रेष्ठ आहोत.

ही झाली देश-टु-देश तुलना. आता देश-टु-आपल्याकडील राज्ये आणि देश टु-मुंबई महानगर अशी तुलना. जगामध्ये हत्ती एवढ्यापासून मुंगी एवढ्यापर्यंत (हा एक बोलण्याचा भाग) एकंदर १९२ देश आहेत. (फक्त आणखी आठ देश निर्माण झाले की राऊंड नंबर तयार होईल. जगातील उचापतीचं राजकारण करणारे लोक इकडे लक्ष देतील काय?) त्या-त्या देशाचं क्षेत्रफळ आणि लोकसंख्या पहिली की, आपल्याला तो देश भातुकलीतला देश वाटेल.

## व्हॅटिकन सिटी

(इथं रोमन कॅथलिकांचे धर्मगुरू पोप राहतात.) हे सर्वांत लहान राष्ट्र आहे. क्षेत्रफळ ०.४४ चौरस किलोमीटर आहे. म्हणजे पूर्ण एक चौरस किलोमीटरसुद्धा नाही. तरीही हे सार्वभौम राष्ट्र आहे. या सार्वभौम राष्ट्राची लोकसंख्या अक्षरश: ९०० (नऊशे) आहे. मुंबईमधल्या बी. डी. डी. चाळीतली लोकसंख्या यापेक्षा अधिक भरेल किंवा नऊ डब्यांच्या एका लोकल गाडीतले प्रवासी यापेक्षा नक्की अधिक (दुप्पटच) भरतील. युरोपमध्ये मोनॅको नावाचा देश आहे. ('पार्ले'च्या मोनॅको बिस्किटपेक्षा मोठा) या देशाचं क्षेत्रफळ १.९५ चौरस किलोमीटर आहे. लोकसंख्या ३२ हजार आहे. आपल्याकडे काही काही तालुक्यांच्या गावांची लोकसंख्या यापेक्षा जास्त आहे. पण आपला तालुका, तालुकाच राहिला आणि मोनॅको मात्र सार्वभौम देश झाला, (नशीब एकेका भूमीचं— दुसरं काय?)

ज्या पॅसिफिक महासागरानं— एकट्यानं पृथ्वीचा ३५% भाग व्यापला आहे— अशा प्रचंड पॅसिफिक महासागराच्या दक्षिण भागात नौरू हा देश आहे. पॅसिफिक महासागराचं क्षेत्रफळ आहे १६ कोटी ६२ लाख ४० हजार चौरस किलोमीटर आणि नौरू या सार्वभौम देशाचं क्षेत्रफळ २१ चौरस किलोमीटर. (दर्यामे खसखस म्हणतात, ते हेच.) लोकसंख्या १० हजार ६०५. किती कमी! फार तर आपल्या देशातल्या सर्व समाजवादी पक्षांच्या सदस्यांपेक्षा थोडीशी जास्त म्हणता येईल. (तेवढंच नौरूच्या नागरिकांना समाधान.) तुवालु या नावाचा आणखी एक देश दक्षिण पॅसिफिक महासागरात आहे. लोकसंख्या १०,५८८ आहे. असं असूनही हे दोन्ही देश सार्वभौम आहेत. एकेकाचं नशीब! दुसरे काय?

अहमदनगर जिल्ह्याचं क्षेत्रफळ १७ हजार चौरस किलोमीटर आहे; पण दर्जा मात्र जिल्ह्याचा. जगात ही विषमता सगळीकडेच आहे बरं! असो. सन २००१ च्या जनगणनेवरून मुंबईची लोकसंख्या १ कोटी २० लाख आहे, असं प्रसिद्ध झालं आहे. मुंबईचे लोक कामसू म्हणूनच प्रसिद्ध आहेत. या लोकसंख्येवरून विषय लांबत-लांबत पॅसिफिक महासागरापर्यंत पोहोचला. त्यामुळे मनोरंजनाबरोबर माहितीही बरी मिळाली असणार.

□□□

## .१८.
## आम्ही आणि
## आमचा फ्लॅट

हल्ली जुन्या शब्दांना प्रतिष्ठा देण्याचे दिवस आहेत. कारकुनाला असिस्टंट किंवा कलीग म्हणतात. शिपायाला हवालदार म्हणतात. पूर्वी जॉब सीनमध्ये काम करणाऱ्या सिनेमातल्या लोकांना 'एक्स्ट्रा' म्हटले जात असे. आता त्यांना 'ज्युनिअर आर्टिस्ट' असं प्रमोशन मिळालं आहे. वर्तमानपत्राचे गावोगावाचे बातमीदार 'पत्रकार– जर्नालिस्ट' झाले आहेत. प्राथमिक शाळेतले शिक्षकसुद्धा 'सर' झाले आहेत. तसंच फ्लॅटचं आहे. पूर्वी ज्याला ब्लॉक म्हटलं जात असे, त्याला हल्ली 'फ्लॅट' हाच शब्द रूढ झाला आहे.

माझाही वन बीएचके फ्लॅट आहे. (डिकोड : वन बेडरूम-हॉल-किचन) मी शंभर टक्के मराठी आहे. पण माझा फ्लॅट— तो मात्र जवळजवळ शंभर टक्के इंग्लिशाळलेला आहे. अरब आणि उंट या कथेमधल्या उंटाप्रमाणे इंग्लिशच्या उंटानं 'मराठी अरबा'ला— फ्लॅटला— घराबाहेर काढलं आहे. शेगडी-चूल जाऊन गॅस आला. गॅस म्हटलं की सिलिंडर आले. पेटवायला लायटर पाठोपाठ तयार. उजेडासाठी ट्यूब, बल्ब, नाइट लॅम्प, बंद-सुरूसाठी ऑफ-ऑन, ट्यूबची नातेवाईक मंडळी— चोक, स्टार्टर, वायर, स्विच— ही नातेवाईक मंडळी एकजात इंग्लिश. स्वयंपाकघर इंग्रजांच्या काळात होतं; आता 'किचन' हा सोपा 'मराठी' शब्द रूढ झाला आहे. न्हाणीघर, संडास... शी:! टॉयलेट-बाथरूम म्हटलं की कसं चकाचक वाटतं. तिथंही कॉक, स्टॉप-कॉक, शॉवर, बाथ, ड्रम, बेसिन, सोप, सोप-केस, डिटर्जंट पावडर, रॉड, हूक, टब, टॉवेल, बकेट, ट्यूब आहे. आमच्या हॉलमध्ये टेबल, टी-पॉय, स्टँड, रॅक, वॉलक्लॉक, टेलिफोन, डिरेक्टरी, फॅन, सोफा

सेट, कर्टन्स, शो-केस, स्टील कबर्ड, वॉर्डरोब, हँगर, शर्ट, बुश-शर्ट, पँट, अंडरवेअर, पेन, बॉलपेन, पेन्सिल, इरेझर, पंचिंग मशीन, स्टेपलर, क्लिप्स, पिन्स, सेफ्टी पिन्स, पेपर, कार्बन पेपर, फाईल, फेव्हिकॉल, रबरबँड, टेप, स्टँप्स, स्टिकर, मॅगेझिन, डेली पेपर, फोटो स्क्रू, सेलोफोन, टेप, पेन्सिल शार्पनर, कटर, ट्रे आणि आणखी काही नाही. तिथून मुक्काम पोस्ट झोपायची खोली. इंग्रज होते तोपर्यंत ही खोली झोपायचीच खोली होती; पण स्वातंत्र्य मिळाल्यानंतर ती बेडरूम झाली. तिथंही कॉट, ब्लँकेट, बेडशिट, रग, नाइट लॅम्प, नायसिल पावडर वगैरे वगैरे इंग्लिश शब्दांनी 'हाऊस फुल्ललेला' आमचा फ्लॅट आहे. मायबोली हा शब्दसुद्धा ५० टक्के इंग्रजाळलेला असतो. असा MY बोली. तरीही मी मराठी माणूस आहे, असं माझी तीस-बत्तीस इंची छाती फुगवून सांगतो. दारालासुद्धा कॉलबेल, लॅच, हँडल, बोल्ट, लेटर बॉक्स एवढी इंग्लिश मंडळी लटकलेली असतात. आमच्या फ्लॅटचा टोटल एरिया ६५० स्क्वेअर फूट या रेटने पडला. फ्लॅट फर्स्ट फ्लोअरला आहे.

आता सांगितलेल्या लिस्टात आणखी काही वस्तूंची भर घालतो. रेझर, ब्लेड, शेव्हिंग क्रीम, ब्रश, टूथपेस्ट, टूथब्रश, व्हॅसलिन, नेल पेंट, लिपस्टिक, फेस पावडर, हेअर ऑईल, नॅपकीन, कार्ड, लेटर बॉक्स, ग्लास, ब्राऊन पेपर, ड्रॉइंग पेपर, व्हिजिटिंग कार्ड, पास, बिल, कॅश मेमो, टाइल्स, व्हेंटिलेटर, एक्झॉस्ट फॅन, हूक, बॉक्स, पॅकेट, ब्रेड, सँडविच, जॅम, बटर, प्लेट, बाऊल, टोस्ट, टाइम टेबल, वॉटर बॅग, रेशनकार्ड, मिक्सर, टीव्ही, रेडिओ, मोबाईल फोन, क्रीम, हँगर, ब्लाऊज, पेटिकोट, स्कर्ट, टी-शर्ट, फ्रॉक, गाऊन... तोबा! तोबा! तोबा! डबा पालथा केल्यावर आतील पदार्थ भसाभसा खाली पडतात; त्याच चालीवर इंग्लिश डिक्शनरी आमच्या ६५० चौरस फुटांच्या फ्लॅटमध्ये पालथी केली गेली आहे. स्वतः इंग्लिश 'डिक्शनरी काकूंनीच' हे सत्कार्य केल्यामुळे एवढे प्रचंड इंग्लिश शब्दभांडार आमच्या फ्लॅटमध्ये सुखेनैव नांदते.

विशेष म्हणजे, या सर्व गोष्टी, वस्तू अचेतन आहेत. यात ६५० स्क्वेअर फुटांच्या फ्लॅटमध्ये डॅडी म्हणजे मी स्वतः, ममी म्हणजे माय वाईफ, पिंकी माय एल्डर सन, विकी नंबर टू सन, टिंकी माय डॉटर. पूर्वी आमच्या घरात आजोबा-आजी पिढ्यान् पिढ्या इहलोकातच राहत होते. पण त्यांनाही इंग्लिश शब्दांनी तडीपार करून टाकलं. डायरेक्ट हे शब्द कै. वासी, वै. वासी, स्वतः वासी झाले. याशिवाय अंकल-आँटी ही जोडीही आली. थोडक्यात काय, तर आम्ही आणि आमचे नातेवाईक पूर्णपणे इंग्लिशाळलेले आहोत. काका म्हणून हाक मारली, तर सखखे अंकल मागं वळून बघणार नाहीत. एकदा चुकून माझ्या मुलीनं कुणाचं तरी

ऐकून 'आई' म्हणून हाक मारली होती. ''आई म्हणून कोणी आईस हाक मारी, ती हाक ऐकुनीही मम्मी वळे न मागे.'' कशी काय वळणार? ती मम्मी होती; आई थोडीच होती? मी लहानपणी वडिलांना बाबा म्हणत होतो. पण बाबांबरोबरच हा 'बाबा'ही कै. वासी झाला आणि डॅडी म्हणून मी माझ्या मुलांसाठी जन्माला आलो.

चटकन मराठी शब्द न आठवण्याची आणि तितक्याच चटकन इंग्लिश शब्द आठवण्याची गोड सवय आम्ही सर्वांनी लावून घेतली. त्यामुळे गोंधळ होतो; पण इंग्लिशाळायचंच म्हटल्यावर हे सहन केलंच पाहिजे. ''एक होता राजा अँड एक होती...'' एक होती... काही केल्या पुढचा राणी हा शब्द आठवेना. डॅडी मुलांना बेड टाइम स्टोरी सांगत होते. शेवटी त्यांनी काय केलं, ''एक होता राजा अँड एक होती राजी'', असा राणीला पर्यायी शब्द तयार केला. घरातल्या सर्वांना कौतुक वाटलं. डॅडी मराठी बोलताना किती छान-छान अडखळतात, याचं. असला गोड सोहळा नेहमी होत असतो. डॅडींचा मुलगा वय वर्षे आठ, मुक्काम पोस्ट इंग्लिश मीडियम कॉन्व्हेंट स्कूल— आपल्या फ्रेंडला म्हणाला, ''वेट हं, मी बेसनचा स्वीट बॉल खाऊन अँड वॉटर ड्रिंक करून येतो. देन आपण प्ले-ग्राउंडवर फुटबॉल प्ले करू.''

प्राथमिक शाळेत इयत्ता पहिलीपासून इंग्लिश शिकवलं की, मुलगा पुढं फाडफाड ऑक्सफर्ड इंग्लिश बोलतो आणि तसं नाही केलं, तर त्याला 'बेलफोर्ड' इंग्लिशसुद्धा येणार नाही, या काळजीनं पोलिओच्या डोसाप्रमाणे इंग्लिश शब्दांचे डोस पाजणं आवश्यक आहे, असं अधिकृतरीत्या ठरवण्यात आलं. मग काय, इंग्लिश शब्दांनी मराठी शब्दांवर कुर- 'मिसेस हॉर्स' (कुर-घोडी) केली. ''मम्मी, टीमध्ये शुगर पुट करायला यू फरगेट झालीस.'' (मराठीसहित इंग्लिश आणि इंग्लिशसहित मराठी— दोघींचीही जॉइंट ऐशी की तैशी) एक शिक्षणतज्ज्ञ रामकृष्ण यांच्या मताप्रमाणे इयत्ता पहिलीपासून इंग्लिश सुरू झालं. इंग्लिश उत्तम यायला हा 'रामबाण' उपाय नसून, 'रामकृष्ण' उपाय आहे.

आमच्या फ्लॅटमध्येही हेच आहे. 'केक-कँडल-हॅपी बर्थ डे'चा सुळसुळाट आमच्याही फ्लॅटमध्ये झाला आहे. औक्षण वगैरे को मारो गोली, हे आम्ही कधीच करून टाकलं आहे. पूर्वी आम्ही न्हाणीघरात अंघोळ करत होतो, पण हल्ली आम्ही इंग्लिशचा वसा घेतल्यामुळे बाथरूममध्ये बाथ घेत असतो. पूर्वीची तोंड खंगाळण्याची जागा फ्रेश होणं, वॉश घेणं यांनी घेतली. राखुंडीनं दात घासणं मागंच खलास झालं. त्यास कै. होऊनही ५० वर्षे झाली. टूथब्रशनं आणि टूथपेस्टनं त्या जागेचा चार्ज घेतला आहे. दिसला मराठी शब्द की, लगाव दणका, हे आमच्या फ्लॅटचं धोरण आहे. एक जानेवारीलाच आम्ही खरा न्यू इयर्स डे म्हणतो. पाठोपाठ 'हॅपी

न्यू इयर्स डे' म्हणतो. आमचा 'स'चा 'श' उच्चार करणारा बंगाली मित्र आम्हालाही "शेम टू यू" म्हणतो. गुढी पाडव्याला 'हिंदू न्यू इअर्स डे' म्हणतो. दिवाळीला 'फेस्टिव्हल ऑफ लॅम्प्स' म्हणतो. एकादशीच्या उपवासाला 'इलेवन्थ डे फास्ट' म्हणतो. संतांनासुद्धा आम्ही आमच्या फ्लॅटमध्ये इंग्लिशाळून टाकलं आहे. मूळ नावं गावंढळ वाटू नयेत म्हणून तसं करून टाकलं. संत ज्ञानेश्वरांना आम्ही सेंट डी. व्ही. कुलकर्णी केलं. संत तुकारामांना सेंट टी. बी. अंबिले केलं. समर्थ रामदास एन. एस. ठोसर झाले. संत नामदेव शिंपी एन. डी. टेलर झाले. इतकं सगळं केलं तरच घराला इंग्लिशपण येतं. (चाल : 'घराला घरपण येतं'ची)

पूर्वी गवळी दूध देत होता. हल्ली हा गावंढळ मराठी गवळी बाजूला सारून, 'मिल्क सेंटरवरून प्लॅस्टिकच्या मिल्क बॅग' आम्ही आणत असतो. घरी आणल्यावर सीझर्सने प्लॅस्टिक बॅग कट करतो आणि त्यातलं दूध स्टेनलेस स्टीलच्या व्हेसलमध्ये ओतून गॅसवर ठेवते. ते बॉइल झालं की, आम्ही गॅस ऑफ करतो. डायनिंग टेबलाशी चेअरवर बसून आन्ही सकाळचा ब्रेकफास्ट घेतो. नंतर लंच तिथंच घेतो. पूर्वी पाट-ताट होतं; हल्ली आम्ही कंप्लिट क्रोकरी सेट आणला आहे. त्यात मील घेतलं म्हणजे कसं इंग्लिश-इंग्लिश वाटतं.

आमची मॉर्निंगच इंग्लिश पद्धतीनं सुरू होते. लहानपणी मी 'कराग्रे वसते लक्ष्मी' म्हणत असल्याचं पुसट आठवतं. ते आता आउटडेटेड आलं. आम्ही सर्व जण उठल्याबरोबर एकमेकांना गुड मॉर्निंग, गुड मॉर्निंग, गुड मॉर्निंग म्हणतो. रात्री गुडनाइट म्हणून झोपतो. लहानपणी झोपताना, 'आकल्प आयुष्य व्हावे तया कुळा' हा अभंग म्हणून झोपत असू. हल्ली असलं काही म्हणून चालत नाही. दिवसभर (इनक्ल्युडिंग नाइट) आमच्या तोंडी 'थँक्यू' आणि 'सॉरी' सतत असतं. इंग्लिश मॅनर्स आणि एटिकेट्स पाळले पाहिजेत. म्हणून आम्ही स्टेनलेस स्टीलच्या एका डब्यात 'थँक्यू' गच्च भरून ठेवतो आणि दुसऱ्या डब्यात 'सॉरी' काठोकाठ भरून ठेवतो. रात्रीच गुड नाइट म्हणून झोपेपर्यंत दोन्ही डबे रिकामे होतात. इंग्लिश मॅनर्स पाळायचे म्हटल्यावर डबाभर थँक्यू आणि डबाभर सॉरी एव्हरी डे लागतात. एखादा माणूस, मित्र तास-दोन तास आम्हाला बोअर-बोअर-बोअर- करून गेला तरी जाताना सफाईदारपणे खोटं बोलून हसत-हसत म्हणतो, "इन युवर कंपनी एंटायर प्लेझर वॉज माईन!" एकदा का इंग्लिशचं व्रत घेतलं, वसा घेतला, अनुग्रह घेतला की; सफाईदारपणे खोटं बोलण्याची प्रॅक्टीस सतत सुरूच ठेवावी लागते. आम्ही आणि आमचा ६५० चौ. फुटांचा फ्लॅट तुम्हाला सॅल्यूट करत आहे.

❑❑❑

## ·१९·
## पुस्तकाचं चिंतन नव्हे, चिंताच

काही काही गोष्टी चिंता करायच्याच असतात. सोन्याचे दागिने— चिंताच जास्त करावी लागते. त्यामुळे घरात सोनं आहे, या आनंदापेक्षा ते डोळ्यांत तेल घालून सांभाळावं कसं, याची चिंताच जास्त करावी लागते. सुंदर कन्या— तिच्या सौंदर्याच्या आनंदापेक्षा ती दररोज घरी सुखरूप कधी परत येते याची चिंताच अधिक करावी लागते. आनंदापेक्षा चिंताच करायला लावणाऱ्या गोष्टी आणखीही सांगता येतील. त्यातलीच एक गोष्ट म्हणजे, पुस्तक. पुस्तक म्हणजे काही सोन्याचा दागिना नाही किंवा सुंदर तरुण मुलगी नाही; तरीही पुस्तक ही चिंता करायची गोष्ट आहे. ज्याच्या संग्रहात पुस्तकं अधिक, त्याची चिंता अधिक. पुस्तक ही एकच वस्तू अशी आहे, की ती एकानं स्वतःचे पैसे खर्च करून विकत घ्यायची आणि अनेक जणांनी हस्ते-परहस्ते लंपास करायची. मूळ मालकाकडे परत न येण्याचा खुद्द पुस्तकांनाच शाप आहे की काय, असं अनेकदा वाटतं.

वेद म्हणजे जगातला आद्यग्रंथ. तो हयग्रीवासुरानं चोरून समुद्रात लपवून ठेवला होता. तेव्हा विष्णूनं मत्स्यावतार घेऊन, चोरून नेलेले वेद परत आणले. विष्णूचा पहिला अवतारसुद्धा चोरून नेलेला ग्रंथ परत आणण्यासाठी झाला होता. यावरून पुस्तकांच्या अवैध स्थलांतराला, चौर्याला (आणि पुस्तकांतर्गत वाङ्मयचौर्यालाही?) किती थोर प्राचीन परंपरा आहे, हे यावरून दिसून येईल. पुस्तकाचा मालक आणि पुस्तक यांची ताटातूट नेहमी होत असते. पुस्तकांना हा शाप आहे, तसाच पुस्तकं विकत घेणाऱ्यांनाही. मी आणि माझ्या मालकीची पुस्तकं मात्र या शापापासून मुक्त आहेत. 'पुढच्यास

ठेच मागचा शहाणा' ही म्हण उलट्या क्रमानं वापरून 'मागच्यास ठेच पुढचा शहाणा', अशी केली आणि सुधारित म्हणीप्रमाणे मी शहाणा झालो आहे.

मी पैसे मोजून विकत घेतलेल्या पुस्तकांचा संग्रह बऱ्यापैकी (हा शब्द विनयानं वापरला आहे) आहे. जुन्या उत्तमोत्तम पुस्तकांपासून, एकाच ग्रंथराजाची किंमत अडीच हजार रुपयांपर्यंत आहे, अशा पुस्तकांचा संग्रह माझ्या घरात आहे. प्लॅस्टिकची वेष्टनं घालून सर्व पुस्तकं सतत सुस्थितीत ठेवली आहेत. प्रत्येक पुस्तक घराच्या आतच असते. घराचा उंबरठा ओलांडत नाही. कारण घरात दर्शनी भागी भिंतीवर सूचना लावलेली आहे— 'वर्तमानपत्रे, मासिके आणि पुस्तके घरी नेण्यास अजिबात मागू नयेत, अशी स्पष्ट विनंती आहे. वरील विनंती वाचूनही जे कोणी मागतील त्यांना आणि 'आम्हाला हा नियम लागू नाही' अशी प्रेमळ हक्काची जवळीक दाखवणाऱ्यांनाही ही विनंती कटाक्षानं लागू आहे. क्षमा असावी.' ही सूचना चोख काम करते. माझ्या घरी या. इथं बसा. पाहिजे ते पुस्तक घ्या. तासन् तास वाचत बसा. टिपणं काढा. बराच वेळ बसावं लागलं तर माझ्याकडेच जेवून जा. पण सगळं माझ्या घरातच. पुस्तक घराबाहेर नेणे? तेवढं सोडून बोला. त्यामुळे सर्व पुस्तकं सुखरूप आहेत. ज्यांना खरोखरच गरज आहे, असे लोक माझ्याकडे बसून पाहिजे ती टिपणं काढतात.

माणसं अनेक महागड्या वस्तू सहज विकत घेतात. रंगीत टीव्ही, व्हीसीआर, टेपरेकॉर्डर, अनेक कॅसेट्स, फ्रीज, वॉशिंग मशीन, सोफा सेट, अन्य फर्निचर, कुकर, मिस्कर, क्रोकरी, डायनिंग टेबल-खुर्च्या... काय काय म्हणून सांगावं? यातली कोणती वस्तू स्वस्त आहे? या वस्तू हौसेने घेतल्या जातात. कपडे, साड्या, पादत्राणं किती, याचा हिशेबच नाही. सगळं घर असल्या वस्तूंनी भरलेलं असतं. नसतात ती फक्त पुस्तकं.

"पुस्तकांच्या किमती काय भरमसाट आहेत हो!'' हे एका फुकट्या वाचकाचं लाडकं वाक्य. फक्त पुस्तकं तेवढी महाग आहेत आणि बीपीएलचा रंगीत टीव्ही सव्वाशे रुपयांना अँटेना बसवून घरपोच मिळतो, गोदरेजचा फ्रीज पंचाहत्तर रुपयांना मिळतो, व्हीसीआर शंभर रुपयांना मिळतो, कुकर पन्नास रुपयांना मिळतो, टेरिवूल-पॉलिएस्टरचं पँटचं कापड पावणेदोन रुपये मीटर भावानं मिळतं, भारी-भारी साड्या पंचाहत्तर रुपयांपर्यंत मिळतात, असं दृश्य स्वप्नात तरी पाहायला मिळतं का? त्यांच्या प्रचंड किमती परवडतात आणि पुस्तकांच्या किमती मात्र भरमसाट वाटतात काय?

पुस्तकांबद्दलचा वाईट अनुभव प्राचीन काळापासूनचा आहे. मुद्रणाचा शोध लागण्यापूर्वी ग्रंथ लिहावे लागत असत. कंबर-मान-पाठ दुखेपर्यंत लिहीत बसावं

लागत असे. शारीरिक कष्ट पडत असत. म्हणून ग्रंथाच्या शेवटी ग्रंथ वापरणाऱ्यांना अशी सूचना लिहिलेली असे— 'कष्टेन लिखितं ग्रंथ यत्नेन परिपालयेत।' पुस्तकं चोरणं, ग्रंथालयातले ग्रंथ पळवणं, हा शोध काही हल्लीचाच नाही; त्यालाही थोर परंपरा आहे. त्र्यंबकराय या नावाचा एक कवी एकनाथांपूर्वी होऊन गेला. त्याचा हस्तलिखित ग्रंथ कुणीतरी ढापला. चोरांतसुद्धा साहित्यप्रेमी चोर या नावाची एक उच्च जात आहे. या त्र्यंबकरायानं पुन्हा आठवून-आठवून ग्रंथ लिहिला. त्याच्या उपसंहारात त्यानं दोन ओव्या लिहिल्या. त्या अशा आहेत : "ऐसा तो ग्रंथु सीध (सिद्ध) जाला, तो कोन्हो येकु संन्यासी प्रीती संचारला, तेणे तस्कर हेतु तो नेला, बालबोधू।। पुरनपि वरद जगन्माता ग्रंथ रचिला मागुता, यास्तव न येल (येईल) साम्यता, दोही प्रतीसी।।"

काही काही गोष्टी घरातून गेल्या आणि चुकून परत आल्या, तर त्यांची काय वाट लागते, ते पाहण्यासारखं आहे. पुस्तक, स्त्री आणि द्रव्य दुसऱ्याकडे गेलं, की अनुक्रमे गायब, भ्रष्ट आणि अपुरे अशी अवस्था त्यांना प्राप्त होते; अशा अर्थाचा एक प्रसिद्ध संस्कृत श्लोक आहे. समर्थ या बाबतीत फारच रोखठोक दिसतात. ते 'दासबोधा'त म्हणतात, 'नाना गोफ, नाना बासने मेणकापडे सिंदुरवर्णे पेट्या कुलुपे जपणे, पुस्तकांकारणे।' पुस्तकांच्या पेटीला कुलूप आणि किल्ली आपल्या कमरेला, हा पुस्तके जपण्याचा बेस्ट उपाय आहे.

खूप कडक पहारा ठेवला तरी कुणीतरी पुस्तक नेतोच. वर्ष-सहा महिन्यांनी, वर्ष-दीड वर्षानं चुकून ते पुस्तक आपल्याकडे परत येतं. आपल्या घरातून जाताना पुस्तक हे पुस्तक म्हणून जातं आणि आपल्याकडे चुकून जेव्हा परत येतं, तेव्हा त्या पुस्तकानं साक्षात परमेश्वराचं रूप धारण केलेलं असते. म्हणजे असं : परमेश्वर हा अनादि आहे- त्याला प्रारंभ नाही आणि तो अनंत आहे— त्याला शेवट नाही. परत आलेलं पुस्तकही तसंच असतं. त्या पुस्तकाची प्रारंभीची आणि शेवटची काही पानं गहाळ झालेली असतात. पुस्तकही परमेश्वराप्रमाणेच झालं की अनादि-अनंत.

पुस्तक हा चिंतेचा विषय आहे; विद्वान लोक चुकून चिंतनाचा विषय समजतात. प्राचीन काळापासून आजपर्यंत प्रत्येक पुस्तक मालकाच्या घरातून बाहेर गेल्याच्या पाऊलखुणा ठेवून जात असतं; परंतु पुस्तकाच्या परतीच्या पाऊलखुणा सहसा दिसत नाहीत. पुस्तकाला तो शापच आहे. आपण तरी त्याला काय करणार? पुस्तकांची चिंता करणं, एवढंच आपल्या हाती आहे.

❑❑❑

# .२०.

# पब्लिक आधीच हजर

**मा**णसं म्हणजे सर्वसामान्य माणसं असतात. नुसती माणसं म्हटलं की, बिनचेहऱ्याचा समुदाय डोळ्यांपुढं उभा राहतो. लोक म्हटलं की सगळीकडे वावरत असतात, काही तरी करत असतात. लोक निराळे आणि जनता निराळी. जनतेचा एक अप्रत्यक्ष दबदबा असतो. सगळ्याच पक्षांचे पुढारी नेहमी म्हणत असतात, "याचा जनता जाब विचारील. जनता हे सहन करणार नाही, जनतेची सेवा करणं हेच माझं व्रत आहे." वगैरे वगैरे. मतदार निराळे असतात. त्यांचा संबंध फक्त मतं देण्यापुरताच असतो. मतं देऊन आणि डाव्या तर्जनीवर काळा ठिपका घेऊन बाहेर आला की, मतदार पूर्ववत जनता वगैरे होतो. शरीरं तीच असतात; पण प्रसंगपरत्वे नावं निरनिराळी दिली जातात. याशिवाय समाज म्हणजेसुद्धा माणसंच असतात. समाजाला नेहमी उपकाराची परतफेड करून घेण्याची सवय असते. सामाजिक बांधिलकी हे प्रकरण त्यातलंच.

माणसं, लोक, जनता, मतदार आणि समाज ही सर्व समुदायवाचक नामं आहेत. आणखी एक समुदायवाचक शब्द मुद्दाम शेवटी सांगत आहे. कारण त्यावरच चार शब्द लिहायचे आहेत. या शब्दाचं नाव आहे, 'पब्लिक'. पब्लिक हा टिपिकल शब्द आहे. पब्लिक म्हणजे माणसं, लोक, जनता, मतदार किंवा समाज नव्हे. पब्लिक हे एक निराळंच व्यक्तिमत्त्व आहे. खरं तर व्यक्तिमत्त्व म्हणावं असं व्यक्तिमत्त्वच पब्लिकला नसतं. पब्लिकमध्ये कुणीही येतं. पब्लिकच्या या सर्वसमावेशक स्वभावामुळे उच्चभ्रू, उच्चवर्गीय, श्रीमंत अशी माणसं सहसा पब्लिकमध्ये मिसळत नाहीत. तरीही बहुसंख्य मंडळी पब्लिकमध्येच मोडतात. म्हणून सर्व सरकारी आदेश, नोटिशी,

ताकिदी वगैरे पब्लिकला उद्देशूनच काढलेल्या असतात. शीर्षकच मुळी 'पब्लिक नोटीस' असं असतं. पब्लिकमध्ये सर्व प्रकारच्या लोकांची ऊठ-बस असते. पब्लिक ही चीज रेल्वेचा वेटिंग हॉल, धर्मशाळा, चौपाटी यासारखी असते. पब्लिकमध्ये सर्वांना मुक्त प्रवेश असतो.

तसा मीसुद्धा एक पब्लिकवालाच आहे. पब्लिकच्या सहवासातच मी वावरत असतो. तरीही मला पब्लिकबद्दल नेहमी कुतूहल असतं. 'शिष्ट' माणसं असतात ना, त्यांना सिंगल चहा प्यायचा असला तरी ती पायपीट करत राहतात. किमान उडप्याचं हॉटेल तरी जवळपास आहे का, ते बघतात. पण पब्लिकचं तसं नाही. त्यांना कुठलाही चहा चालतो. मग तो 'ओम् दी न्यू बजरंग हिंदू हॉटेला'तला असो, नाही तर झोपडपट्टीतल्या फुटपाथवर मिळणारा असो. पब्लिकला कसलाही चहा चालतो. गोमूत्र उकळून आणि त्यात थोडं दूध घालून ते कपबशीतून दिलं तरी तो 'चहा' प्यायला पब्लिक कमी करणार नाही. कपातून आलं की, त्याला चहा म्हणायचं, एवढंच पब्लिकला माहीत असतं. म्हणून तर हिंदुस्थानातल्या कोणत्याही रेल्वे स्टेशनावरच्या कोणत्याही स्टॉलवर मिळणारा चहा पब्लिक शांतपणे पिते. कपातून (किंवा हल्ली, पिऊन झाल्यावर फेकायच्या ग्लासातून मिळतो) मिळतो तो, मग तो चहाच आहे, असं (गोडसहित) मानून घेतलं जातं. पब्लिकेतर मूठभर उच्चभ्रू असतात ना, ते घरातून थर्मासमधून चहा आणतात आणि आपण पब्लिकपेक्षा कुणी तरी उच्च कोटीतले आहोत, अशा रुबाबात चहा 'सिप' करतात. पब्लिकप्रमाणं 'फुर्र्रर्र' असा आवाज काढून पीत नाहीत. हे उच्चभ्रू असतात ना, ते एकसारखं मॅनर्स आणि एटिकेट्स यांच्या तंद्रीत असतात. पब्लिकला या दोन्ही शब्दांची ॲलर्जी आहे. मॅनर्स को मारो गोली, हे पब्लिकचे मॅनर्सविषयीचे परखड मत आहे. एटिकेट्सबद्दल विचारल्यास पब्लिकला विचारले तर पब्लिक दणक्यात म्हणते, 'एटिकेट्सच्या नानाची टांग!' पब्लिकला या दोन्ही शब्दांचं वावडंच आहे. आपण तरी काय करणार?

पब्लिकला रामभरोसे हॉटेलातली भजी काल उरलेल्या भज्यांच्या चटणीबरोबर खाणं आवडतं. भजी खाऊन झाल्यावर हातावर हात चोळणे किंवा त्याच टेबलाच्या खालच्या बाजूला हात घासणे किंवा थोडंसं पाणी शिल्लक असलेल्या ग्लासात भजी खाल्लेली तेलकट बोटं बुचकळणं, या तीन क्रिया म्हणजेच त्याचं वॉश बेसिन आणि उरलं-सुरलं आपल्याच शरीराच्या पार्श्वभागाशी असलेल्या वस्त्रावर हात घासणं म्हणजे, नॅपकीननं हात पुसणं.

पब्लिकला कुठंही, केव्हाही जायला आवडतं. संध्याकाळी दिवेलागणीला घरी येऊन हातपाय धुऊन शुभंकरोती म्हणणं वगैरे धार्मिक-सांस्कृतिक काही लागत

नसतं. शुभंकरोतीच्या वेळी कितीतरी पब्लिक बिअर ते हातभट्टी यांच्या सहवासात असलेले दिसेल. पब्लिकला मांसाहार, मद्यपान आणि मैथुन हे तीन 'म'कार वर्ज्य नाहीत. पब्लिकनं तेवढीच मनुस्मृती वाचलेली असते. 'न मांसभक्षणे दोषो, मद्यपाने न मैथुने' असं मनुस्मृतीतच चक्क सांगून ठेवलं आहे. याचं कारणसुद्धा मनूनं खालच्या ओळीत सांगून टाकलं आहे. 'प्रवृत्ति एषा हि भूतानाम्!' माणसाची ही सहज प्रवृत्ती आहे. बंधनं घालून काय उपयोग? एरवी कुणाचं काहीही न ऐकणारं पब्लिक मनूचं मात्र एवढंच ऐकतं.

पब्लिक हे कायमचे विस्कळीत असते. एकत्र येऊन समविचारानं राहणं, आपले प्रश्न काय आहेत हे समजून घेणं, आपल्या मागण्या पूर्ण करून घेण्यासाठी एखादी युनियन काढणं, मोर्चा काढून काळा घोड्यापाशी स्वत:ला अडवून घेणं— हे पब्लिकला जमतच नाही. पब्लिक आणि ऐक्य, पब्लिक आणि संघवृत्ती हे एकंदरीत अशक्यच. जमिनीवर सांडलेल्या पाऱ्याचे गोळ्यावजा थेंब हातांनी एकत्र गोळा करणं जसं कठीण; तसंच पब्लिकला समविचारांनी एकत्र आणणं कठीण असतं. पब्लिकमध्ये विद्वान स्कॉलर, जीनिअस, पंडित वगैरे कुणीही नसतं तरीही त्याच्यातला प्रत्येक जण, 'जो तो बुद्धीच सांगतो,' अशा प्रवृत्तीचा असतो. त्यामुळे कुणाचंच सांगणं दुसऱ्या कुणाला पटत नाही. पब्लिकला कुणीही विचारत नाही, कुणी धूप घालत नाही. कुणी नेता, नायक नाही. 'जनरल पब्लिक युनियन' या नावाची संघटना नाही. 'जनरल वर्कर्स युनियन' असते, पण 'जनरल पब्लिक युनियन' मात्र नसते. मूठभर उच्चभ्रू सोडले, तर नुसत्या महाराष्ट्रात जवळजवळ सात कोटींच्या वर पब्लिक राहते. तरीही त्यांची युनियन नाही, हे पब्लिकला लांच्छनास्पद तर आहेच, परंतु युनियन्स काढणं, त्या फायद्यात चालवणं, स्वत:चं लीडरपण मिरवणं, हाच ज्यांचा उपजीविकेचा धंदा (किंवा नुस्ताच धंदा म्हटलं तरी चालेल.) आहे, अशा लीडरांना पब्लिकची पण युनियन काढावी, असं सुचू नये याचं नवल वाटतं. कदाचित असंही त्यांना वाटत असेल की, पब्लिकला एकत्र आणणं, हे काम आवळ्या भोपळ्यांचं गाठोडं बांधण्याइतकंच जिकीरीचं काम आहे. नाही तर धंदेवाईक युनियन - लीडरांनी सात कोटी पब्लिकचं एवढं मोठ्ठं घबाड सोडलं असतं का?

पब्लिकला प्रत्यक्ष सुखापेक्षा ते मिळत नाही याची कुरकूर करत राहणंच आवडतं. त्यातच त्यांना सुख वाटतं. समजा— पब्लिकला श्रीमंतीची सुखं मिळाली, तर पब्लिक उसळून म्हणेल, "च्यायला, आता आम्ही कुरकुरी कशासाठी करायच्या? आम्हाला श्रीमंतीची सुखं देऊन आमचा कुरकूर करत राहण्याचा जन्मसिद्ध हक्कच हिरावून घेतला आहे." पब्लिकला कुरकुर करण्यातच आनंद वाटतो. एकेकाचा

स्वभाव; दुसरं काय? आज गॅस संपला, नळ गेले आणि नेहमीप्रमाणे लाईटही गेले की पब्लिकला वैतागयुक्त आनंद होतो. वैताग अशासाठी की, एकदम तीन गोष्टी गेल्या, याचा. वैताग येणं अगदी साहजिकच आहे. लाईटचं एक सोडा, लाईट नेहमीच जात असतात; लाईट येतात तेव्हा ते येण्यासाठी येत नसून पुन्हा (पुनः पुन्हा) जाण्यासाठी येणं आवश्यक असतं, म्हणून-मधून मधून येत असतात. नळ आणि गॅस यांच्या जोडीला लाईट जातात तेव्हा लाईटविषयीचा वैतागही पब्लिक अन्य दोन वैतागांबरोबर उरकून घेतं. एकाच वेळी तीन-तीन वैताग आले की पब्लिकला वाटू लागतं की, आपला वेळ कुरकूर करण्यात छान जाईल. काही वेळा गॅस सांगितल्यापासून आठ-आठ, पंधरा-पंधरा दिवस येत नाही याबद्दलची कुरकूर करण्यात घालवता येतो. नंतर गॅसची कुरकूर बाजूला ठेवून काही वेळा नळ गेले, पाण्याचं काय करायचं, कुठून आणायचं वगैरे कुरकूर करण्यात वेळ चांगला जातो. नंतर लाईट जाणं, या विषयावरच्या कुरकुरीचा बॅकलॉगही या दोन कुरकुरींबरोबर भरून काढता येतो.

पब्लिक सहनशील असते. जनतेप्रमाणे पब्लिक निरनिराळ्या राजकीय पक्षांच्या नेतृत्वाखाली उठसूट मोर्चे काढत नाही. उगीच उन्हातान्हातून, थंडीवाऱ्यांतून, पावसातून पायपीट करत मोर्चे काढायचे, काळा घोड्यापाशी फतकल मारून बसायचं, नरडी निकामी होईपर्यंत जिंदाबाद-मुर्दाबादच्या घोषणा आलटून-पालटून द्यायच्या, मधूनच 'खुर्ची छोडो' म्हणायचं— हे इतकं सगळं मोर्च्यात करायचं असतं. जनतेला हे आवडतं. पब्लिकला हे आवडत नाही. प्रत्येकाचा स्वभाव निराळा असतो. पब्लिकचा स्वभाव कुरकुरत सगळं काही सहन करण्याचा आहे.

त्या मानानं लोकांचं बरं असतं, लोक नेहमी खाऊन-पिऊन सुखी असतात. लोक तसे आपली प्रतिष्ठा राखून असतात. लोक पब्लिकप्रमाणं कुठंही कसेही वावरत नाहीत किंवा जनतेप्रमाणे जिंदाबाद - मुर्दाबाद करत वणवण हिंडत नाहीत. लोकांची संख्यासुद्धा तशी बरीच असते. लोकांचा सामाजिक दबदबा बऱ्यापैकी असतो. काही वेडवाकडं केलेलं लोकांना आवडत नाही. म्हणून तर कसलीही नावं ठेवली जाण्यासारखी गोष्ट करताना आपण लगेच म्हणतो, "पण लोक काय म्हणतील?" हा लोकांचा दबदबा असतो. "लोकांना हे आवडणार नाही", "चार लोकांत छीः थूः हाईल", "लोकादरास पात्र झालं पाहिजे", "लोकप्रिय झालं पाहिजे", "हा लोकांच्या आवडीचा प्रश्न आहे", असं प्रत्येक ठिकाणी लोकांचं म्हणणं लक्षात घेतलं पाहिजे. एवढे मोठे बाळ गंगाधर टिळक; त्यांनासुद्धा 'लोक'मान्यच व्हावं लागलं; जनतामान्य किंवा पब्लिकमान्य नाही. सगळ्या पुढाऱ्यांना जनता निवडून देते. जनतेची पातळी तेवढीच. निवडून आल्यावर ते 'लोक'सभेत जातात.

जनतासभेत किंवा पब्लिकसभेत नाही. लोक हे असे प्रतिष्ठेने वागणारे असतात. काही विशेष प्रश्न सोडवायचे असल्यास 'लोकयुक्ता'ची नियुक्ती केली जाते; जनतायुक्ताची किंवा पब्लिकायुक्ताची नाही.

पुन्हा पब्लिककडे येऊ. आदर्श अस्ताव्यस्त कोण असेल, तर पब्लिक. पब्लिकला वळण नसतं, शिस्त नसते. रस्त्यावर पचकन् थुंकणे, नाक शिंकरणं, रस्त्यानं केळी खात जाताना साली रस्त्यात टाकणं, आगगाडीतून प्रवास करताना जे-जे काही खाल्लं असेल त्यांचे अवशेष— टरफलं, साली, बिया, गुंडाळलेले कागद, उरलेले खाद्यपदार्थ—सर्व काही तिथंच पायाशी टाकणं, कोणताही जिना चढताना पचकन् लाल रंगाचं थुंकणं, बिड्या-सिगारेटींची थोटकं कुठंही टाकणं— असलं सगळं पब्लिक करत असतं. असं करू नये, असं कितीही सांगितलं तरी पब्लिक ऐकतच नाही. ते तशाच तंबाखूच्या पिचकाऱ्या मारत राहणार, तशाच केळ्यांच्या साली रस्त्यात टाकत-टाकत जाणार. पब्लिकच्या वागण्यात फरकच पडत नाहीत. 'येथे थुंकू नये', 'येथे लघुशंका करू नये', 'येथे धूम्रपान करू नये' या सगळ्या सूचना केवळ पब्लिकच्या या असल्या अजागळ वागण्यामुळे कराव्या लागतात. महानगरातली बस ही काय थुंकण्याची पिकदाणी आहे काय? तिथंसुद्धा 'येथे थुंकू नये', अशी पाटी लावावी लागते. पब्लिकचं वागणं हे असं असतं. लोकांचा नीटनेटकेपणा पब्लिकमध्ये अजिबात नसतो. जनता बाईमाणूस (व्याकरणातही जनता स्त्रीलिंगी आहे.); ती तशी पुढं-पुढं करत नाही. पण निवडणुकीचे दिवस आले की, निरनिराळे राजकीय पक्षच, "तू पुढं चल, तुझ्याशिवाय निवडणुकीला शोभा नाही", असं म्हणून तिला पुढं करतात. काही राजकीय पक्ष तर तिला आपल्या पक्षाच्या नावातच गोवतात. त्यामुळे बिचाऱ्या जनतेला त्यांच्याबरोबर जावं लागतं. निवडणुकीचे निकाल (निकालचा चांगला आणि वाईट दोन्ही अर्थ अभिप्रेत) लागले की, जनता हुश्श करून 'सुटले गं बाई निवडणुकीच्या कचाट्यातून' असं म्हणते.

पब्लिकला स्वत:चे हाल करून घ्यायची फार सवय असते. कुठलीही रांग असू द्या; पब्लिक तिथं हजर असते. पब्लिक हे नेहमी कॉस्मॉपॉलिटन असते, हे एक लक्षात ठेवावं. पब्लिकमध्ये सर्व धर्मांची, सर्व राज्यांतली, बहुभाषिक मंडळी असतात. नुसते महाराष्ट्रीय देशस्थ ब्राह्मण (वि. आ. बुवा आणि पुष्कळ) एकत्र आले, तर त्या घोळक्याला पब्लिक म्हणायचं नसतं. केरळातली फक्त नायर मंडळी, उत्तर प्रदेशातली फक्त यादवमंडळी, कर्नाटकातली फक्त लिंगायत मंडळी म्हणजे पब्लिक नव्हे किंवा तमिळनाडूमधील अय्यर-अय्यंगारमंडळी म्हणजेही पब्लिक नव्हे. परंतु, हीच सर्व मंडळी मोठ्या कढईत घालून मोठ्या झाऱ्यानं बराच वेळ

खालीवर करून एकत्र मिसळली की, जी भेळमिसळ तयार होते; तिला पब्लिक म्हणतात. कोणत्याही रांगेत किंवा घोळक्यात भेळरूपानं पब्लिक असते. मुंबईहून पुण्याला रेल्वेनं जायचं आहे. तिकिटांच्या आरक्षणाच्या रांगेत फक्त जोशी, कुलकर्णी, देशपांडे, पवार, देशमुख, जाधव, प्रधान, कर्णिक, सावंत, सोपारकर, कोपरकर, नाडकर्णी, सामंत नसतात. प्रत्येक रांग कॉस्मॉपॉलिटन असते. तिकिटांच्या कोणत्याही रांगेत फक्त पब्लिकच उभे असते. गाडी पुण्याला म्हणजे महाराष्ट्राच्या सांस्कृतिक राजधानीला जाणार असली म्हणून काल झालं? त्या रांगेत बुवांच्या पुढं खन्ना, मल्होत्रा, शहा, मेहता, चटर्जी, बॅनर्जी वगैरे असतात आणि बुवांच्या मागं त्याच रांगेत व्ही. पी. वेंकटराव, सी. आर. नायडू, पी. आर. रेड्डी, जत्ती, बंगरअण्णा, शिवगौडा, यादव, तिवारी, सिन्हा, पटनायक, लोहिया, अग्रवाल, ओसवाल, लाथानी, बुटानी, खुशलानी, फुर्टाडो, डिकुन्हा, फर्नांडिस, शेख, मुल्ला, ब्रार, कपूर अशी सर्व प्रकारची मंडळी असतात. पब्लिक म्हटले की, ही इतकी व्हरायटी असावीच लागते.

कुठलीही रांग असो, कोणतंही ऑफिस असो, कोणताही प्रसंग असो, कसलीही घटना असो; त्या प्रत्येक ठिकाणी पब्लिकचं अधिष्ठान असलंच पाहिजे. याचा अनुभव मला आणि तुम्हाला नेहमी येत असतो. कुठंही जा आणि कितीही अगोदर जा, आपल्या अगोदर पब्लिक तिथं तयार असतं. तिकिटाची खिडकी (कोणत्याही तिकिटाची) अमुक वाजता उघडते, असं खिडकीवर लिहिलेलं असतं. पण त्या वाजता पब्लिक आलं असणार म्हणून आपण एक तास अगोदरच जाऊन पहिल्या नंबरावर उभं राहण्यासाठी पहाटे पाचला जावं, तर पब्लिक पहाटे चारपासूनच रांगेत उभं असतं. तासभर अगोदर जाऊनही आपला रांगेतला नंबर त्रेचाळीस, बावन्न, सदुसष्ट, तेहतीस, एकोणतीस, सेहेचाळीस असा कोणता तरी असतो. तुमच्या आणि माझ्याही अगोदर तास दीड-तास येऊन रांगेत उभं राहणं पब्लिकला कसं काय जमतं; आश्चर्य वाटतं. कुठंही जा, पब्लिक आपल्या आधी हजर असते. साधं पोस्टात कार्ड घ्यायला जा; तिथंही पब्लिक आपल्या आधी आल्यामुळे आपला नंबर किमान आठवा-दहावा तरी असतो. आपल्याला फक्त एक पोस्टकार्ड घ्यायचं असतं. पहिल्या नंबरावर असतो तर पंधरा पैसे द्यायचे आणि कार्ड घ्यायचं, फक्त पाच सेकंदांचं काम. परंतु आपल्या आधीचं पब्लिक नाठाळ असतं. एकाला तीन सिंगल कार्ड, दोन डबल कार्ड, एक इनलँड आणि दोन पाकिटं पाहिजे असतात. (गेली तीन मिनिटं) नंतरच्या पब्लिकला एक रुपयावाले पंधरा स्टँप्स पाहिजे असतात. 'स्टँप्स नाहीत.' पब्लिक आणि आतला क्लार्क यांची सुमारे तीन-चार मिनिटं बाचाबाची. नंतरचं पब्लिक एक कार्ड मागते आणि शंभर रुपयांची नोट देते.

पुन्हा बाचाबाची (प्रमुख भूमिका : पब्लिक आणि आतला क्लार्क) या प्रकारे सरकत माझा (किंवा तुमचा) नंबर येतो. 'एक कार्ड' असे म्हणून मी सुटे पंधरा पैसे आत सरकवतो. ''आताच सगळी कार्ड संपली.'' आतून सुवार्ता सांगितली जाते. पब्लिकमधून मी बाहेर पडतो. मागच्या पब्लिकला पुन्हा कार्ड सोडून बाकी सगळं काही मिळतं. कुठंही जा; पब्लिक आधीच हजर असते.

पब्लिक कुठं कुठं म्हणून आपल्या अगोदरच हजर असते म्हणून सांगावं? घर, शेत वगैरेसाठी सातबाराचा उतारा काढायला म्हणून संबंधित कचेरीत जावं, तर आपल्याआधीच पंधरा-वीस पब्लिक तिथं हजर असते. त्यांनाही त्याच दिवशी सातबाराचा उतारा काढण्याची बुद्धी झालेली असते. ती गर्दी पाहून चार-सहा दिवसांनी जावं, तर पुन्हा पब्लिकचीच दुसरी एखादी बॅच याच सत्कार्यासाठी आपल्या आधीपासूनच आलेली असते. चार-सहा दिवसांपूर्वी पंधरा-वीस जणच होते; आता पंचवीस होते. तेच पब्लिक परवडलं असतं, असं वाटू लागतं.

अमुक ऑफिसात स्टँप पेपर्स आणि कोर्ट फी स्टँप मिळतात. तुमच्या-आमच्यासारख्यांना या वस्तू जन्माच्या कर्माला कधी तरी लागणार. हे आणण्यासाठी जावं तर तिथं साठ-सत्तर पब्लिक रांगेत आधीच उभं असते. हे इतकं पब्लिक आपण आलेल्या दिवशीच स्टँप पेपर्स, कोर्ट फी स्टँप्स घ्यायला का आलं, या प्रश्नाला उत्तर नाही. कारण आपल्याआधीच पब्लिकनं कुठंही हजर व्हायचं, हा अलिखित नियमच ठरून गेला आहे.

सीताफळं यायला सुरुवात झाली. एक बाई बाजारात सीताफळं विकायला बसली होती. मी मनात ठरवलं, आपलं दुसरं काम आहे, ते दहा मिनिटांत उरकून येताना सीताफळं घेऊ. त्याप्रमाणे मी तिथं पोहोचण्यापूर्वीची जी दहा मिनिटं होती ना, तेवढ्यात तिच्याभोवती पब्लिक जमा झालं. पुरुष पब्लिक होतं. प्रत्येक जण स्वतंत्रपणे त्या सीताफळ विकणाऱ्या सीताबाईशी घासाघीस करत होता. त्या पब्लिकमध्ये माझा शिरकावच होईना. सीताफळ ही पब्लिकची झिम्मड उडावी, अशी का वस्तू आहे? पण गर्दी करायची पब्लिकला सवयच आहे, या कारणामुळे त्या बाईभोवती गर्दी झाली होती. शिवाय पब्लिकनं अचानक एवढी गर्दी करण्याचं कारण म्हणजे, ती बाई भारीच देखणी होती. त्यामुळे तिच्याभोवती गर्दी करण्यावाचून पब्लिकला पर्यायच उरला नव्हता. पब्लिकला गर्दी करायला असली देखणी कारणंसुद्धा अवश्य चालत असतात. माझा नंबर लागेपर्यंत आधीच्या पब्लिकनं सगळी सीताफळं घेतली होती. घेतलेल्या सीताफळांची संख्या जेवढी अधिक, तेवढीच हस्तस्पर्शांची संख्याही अधिक, हे साधं गणित होतं. त्यामुळे सगळी सीताफळं हातोहात संपली आणि मला हात हलवत यावं लागलं.

पब्लिक कुठं कुठं म्हणून आधीच हजर असते, हे कुणालाही चटकन् सांगता येणार नाही. माझा मित्र बंडू, त्याला कधी नव्हे ती कावीळ झाली. अमुक-अमुक रस्त्यावर उजवीकडच्या गल्लीत डाव्या बाजूला असलेल्या बोळाच्या उजव्या बाजूला आणखी एक लहान बोळ आहे, तिथं तिळवे वैद्य एका अंधाऱ्या वाड्यात मागल्या बाजूला राहतात. ते काविळीवर आयुर्वेदिक औषध देतात—अशी अप्रतिम माहिती बंडूला कुणीतरी सांगितली. सांगितलेल्या पत्त्यावरून तो तिळवे वैद्यांचा वाडा पोस्टमनलाच काय, पण परमेश्वर सर्वज्ञ असून त्याला तरी सापडेल की नाही, अशी शंका वाटावी. काविळीवर लगेच उपाय करणं आवश्यक असल्यामुळे शोधाशोध शोधून तो वाडा शोधून काढला. (बंडू बोटीत बसून शोधत राहिला असता, तर एव्हाना त्याला दुसऱ्यांदा अमेरिका शोधून काढल्याचं श्रेय मिळालं असतं. यावरून किती शोधावं लागलं असेल याची नीट कल्पना आली असेल.) अंधाऱ्या वाड्याची मागली बाजू, तिळवे वैद्य— येथवर बंडू काविळ्या डोळ्यांसह कसाबसा येऊन पोहोचला. तुम्ही म्हणाल, हे कसलं विषयांतर करताय? विषयांतर-बिषयांतर काही नाही; मुद्द्याला धरूनच सांगतो. बंडू तिथं सकाळी साडेपाचला पोहोचला. कारण ते साडेसहा वाजता औषध देतात आणि लगेच सातला औषध द्यायचं बंद करून दुसऱ्या कामाला लागतात. आपण लवकर गेलेलं बरं, म्हणून बंडू घरातून पहाटे साडेचार वाजताच निघाला होता. आणि काय सांगावं? बंडू तिथं झुंजुमंजू फुटायच्या आत पोहोचायच्या आतच तिथं मोजून अठ्ठेचाळीस पब्लिक रांग लावून उभं होतं. एकदम अठ्ठेचाळीस लोकांना याच वेळी कावीळ का झाली? होईना का कावीळ; पण त्या तसल्या डोळ्यांनी अठ्ठेचाळीस पब्लिकनी तिळवे वैद्यांचं घर पहाटे साडेपाचच्या आधीच कसं शोधून काढलं? (हे अठ्ठेचाळीस जण आणि बंडू, जर कोलंबसच्या वेळी असते तर आणखी एकोणपन्नास वेळा त्यांनी अमेरिका शोधून काढली असती.)

कुठंही जा; पब्लिक आधीच हजर असते. सार्वजनिक लघुशंकागृहात गेलात तर तिथंसुद्धा कायमच पाच-सहा, आठ-दहा पब्लिक रांगेत उभं असतं. त्यानंतर तुमचा नंबर! (मधून-मधून तुमच्याविषयी थोडंसं बोललं पाहिजे ना, म्हणून इथं तुमचा नंबर लावला.)

हाऊसिंग डेव्हलपमेंट फायनान्स कॉर्पोरेशन (सुप्रसिद्ध एच. डी. एफ. सी.) ही संस्था फ्लॅट्स, ब्लॉक्स इत्यादी निवासस्थानं ओनरशिप पद्धतीनं विकत घेण्यासाठी दीर्घ मुदतीचं कर्ज देते. हल्लीच्या दिवसांत मुंबई, ठाणे, कल्याण, परिसरात निवासी फ्लॅट ओनरशिपवर घेणं म्हणजे जोक नाही. वन-रूम किचनवाला फ्लॅट घ्यायचा म्हटलं तरी माणूस स्वतःच फ्लॅट होतो. एवढ्याशा अनुष्टुभ्- फ्लॅटलासुद्धा

अडीच-तीन, साडेतीन लाख रुपये लागतात. फ्लॅट कोणत्या परिसरात आहे यावर हे रेट्स अवलंबून असतात. सर्वसामान्य हे प्रकरण आवाक्याबाहेरचं असतं, म्हणून एच. डी. एफ. सी. कडून कर्ज काढावं लागतं. त्याच्या अटी सतराशे साठ असतात. त्यांचा भरायचा फॉर्म हे तज्ज्ञांचेच काम असतं.

मला काही कारणानं फ्लॅट विकत घ्यायचा होता. सुमारे तीन-साडेतीन लाख रुपये कर्ज काढायचं होतं आणि आयुष्यभर फेडत बसायचं (या कटकटीत जेमतेम पंधरा वर्षंच आयुष्य उरतं, म्हणून आयुष्यभर हा ऐसपैस शब्द वापरला.) कर्जाचा डोंगर, सह्याद्रीचं अत्युच्च शिखर 'कळसूबाई' हे आहे ना, गेला बाजार, तेवढा तरी असतो. कर्ज काढणं याला पर्याय नसल्यामुळे मी त्या ऑफिसातून फॉर्म्स आणण्याचं ठरवलं. एवढ्या अडचणीच्या प्रसंगीही मला एक सुख होतं— ते म्हणजे निदान या ठिकाणी तरी माझ्याआधीच हजर राहून नंबर लावणारं पब्लिक नसेल. तीन लाख, चार लाख, पाच लाख पब्लिककडे कुठून असणार? कुठून असणार म्हणजे, नंतर कर्ज फेडण्याची ऐपत कुठून असणार? तशी ऐपत असती तर पब्लिक हे पब्लिकच राहिलं नसतं. सरळ झकपक पोषाख करून हाय सोसायटी झाली असती. त्यामुळे मी काहीसा आनंदीही होती. मी अमुक वारी जाऊन फॉर्म विकत आणायचे, असं ठरवून त्या दिवशी जरा सावकाशच जायचं, असं ठरवलं. ऑफीस दहाला उघडतं. आपण अकरा वाजता जायचं आणि फॉर्म विकत घेऊन लगेच परत यायचं, असं ठरवलं.

मी त्याप्रमाणं सकाळी अकराच्या सुमारास तिथं पोहोचलो, तोपर्यंत आनंदात होतो. पण तिथं मी गेल्यावर असं दृश्य दिसलं की हिंदुस्थानातील सर्व राज्यांतील, सर्व धर्मांचे, सर्व प्रमुख भाषा बोलणारे लोक मुंबई महानगरात राहतात (राहतात म्हणजे फ्लॅट मिळेपर्यंत कसेबसे राहतात.), त्या सर्वांचे जणू प्रतिनिधीच असं सुमारे पंचाहत्तर पब्लिक आधीपासूनच रांगेत उभं होतं. सर्व जण रांगेत एकमेकांशी हिंदी भाषेचं जास्तीत जास्त वाटोळं केल्यावर तिची जी अवस्था होईल तसल्या हिंदीमध्ये बोलत होतं. पब्लिक उच्च, भारदस्त, साहित्यिक दर्जा असलेलं हिंदी कधीच बोलत नसतं. पब्लिकचं हिंदी ही हिंदीची एक महत्त्वाची शाखा आहे. (नमुना : जब्बीच मेरेकू मालुम पडा, कुछ लफडा है. वो सोएला था, मैने सोचा कायकू सोएला आदमी को उठाना? रात को जागरन किया होगा. उधर एक लेडीज (एकच असूनही लेडीज) थी, मेरेको ऐसा लगा की, वो लेडिज उसकी औरत होगी, वगैरे) असल्या हिंदीत रांगेतलं पंचाहत्तर पब्लिक बोलत होतं. त्यावरून मला असं कळलं की, सर्वांत पहिल्या नंबरावर उभं राहिलेलं पब्लिक पहाटे साडेचार वाजताच येऊन उभं राहिलं होतं. दुसऱ्या पब्लिकचा पहिला नंबर एका मिनिटानं हुकला होता. तो

चार वाजून एकतीस मिनिटांनी आला होता. पहिलं पंधरा पब्लिक पहाटे पाचच्या आधीच आलं होतं, याचं कारणही त्या पंधरा जणांनी उभे असताना प्रसृत केलं होतं. ''साला, (कुणालाही व्यक्तिशः लागू न पडणारी एक निरुपद्रवी सौम्य शिवी.) कल सुबह पाच बजने के बाद आने की बेवकुपी हम लोगोने किया. हम पाच बजे कल आये थे. लेखिन पब्लिक अैशी - टिंबं टिंबं टिंबं है की, कल की लाईन में जो पब्लिक पहिले नंबर पर था ना वो साला - टिंबं टिंबं टिंबं टिंबं टिंबं - (प्रमाण : शिवीच्या एका अक्षरास एक टिंब) रातके साडेबारा बजेच नंबर लगाकर बैठा था. इसलिए हमको भी आज जल्दी आना पडा.''

या सर्वांचं सार एवढंच की, मी रुबाबात अकरा वाजता गेलो होतो ना, त्याचा काहीही उपयोग झाला नाही. परत आलो. इतकं पब्लिक आदल्या दिवशीच्या उत्तरात्रीपासूनच नंबर लावून बसलेलं असतं. इतकं पब्लिक इथंसुद्धा असते, हे पाहून तर मी आश्चर्यचकितच झालो. ''आगे के आगे देखेंगे. कम से कम फॉर्म खरेदी कर के तो रखेंगे.'' हेही पब्लिकच्या तोंडचंच वाक्य असतं. पब्लिकला नेहमी आपल्याआधीच कुठंही हजर असण्याची भारी वाईट खोड आहे. सगळीकडे अस्ताव्यस्त पसरलेलं पब्लिक कुठंही गेलं तरी मोठ्या संख्येनं नेहमी आपल्या आधीच कसं काय हजर असते; कळत नाही. हा अति उत्साह पब्लिकच्या ठायी कुठून येत असेल?

रस्त्यात गारुड्याचा खेळ चाललेला असू दे, डोंबाऱ्याचा खेळ चाललेला असू दे, मारामारी असू दे, वाहना-वाहनांची टक्कर असू दे, एक तरुणी एका रोड साईड रोमिओला चप्पल मारत आहे असे बोधप्रद ('हीरो' मंडळींनी यातून योग्य बोध घ्यावा असं) दृश्य असू दे... माकडवाला, अस्वलवाला, हत्तीवाला असे निरनिराळे वाले असू देत, दारूड्या माणूस रस्त्यानं विचित्र चाळे करत जात असू दे, रिक्षावाला आणि गिऱ्हाईक यांचे (तसं नेहमीचंच) भांडण असू दे, मवाल्यानं गर्दीत झकास बाईला धक्का मारल्याचं निमित्तं असू दे किंवा असलेच आणखी किती तरी प्रसंग असू देत— पब्लिक प्रत्येक ठिकाणी निमंत्रणाची वाट न बघता आवर्जून हजर असते. इतक्या ठिकाणी वेळात वेळ काढून हजर राहणं पब्लिकला कसं काय जमतं, कुणास ठाऊक?

पोस्टात मनिऑर्डर करण्याचे काम म्हणजे चक्क स्वतःच्या खिशातले पैसे घालवण्याचं काम. तिथंसुद्धा हातात मनिऑर्डरचा फॉर्म आणि पैसे घेऊन पब्लिक रांगेमध्ये ताटकळत उभे असते. तुम्ही-आम्ही वर्षातून एकदाच भाऊबीजेला, बहिणींची संख्या गुणिले प्रत्येकी पाच रुपये या हिशेबानं मनिऑर्डर करत असतो. पण पब्लिकचं तसं नसतं. पब्लिक रोजच्या रोज रांगेत उभं राहून कुणाला तरी मनिऑर्डर पाठवत असते. इथंसुद्धा पब्लिक आधीच हजर असते आणि आपण नंतर.

कोणत्याही रेल्वे स्टेशनवरील वेटिंग हॉल बघा. कोणत्याही महिन्यात, कोणत्याही ऋतूत, दिवसा, रात्री, सकाळी, संध्याकाळी पब्लिक आपापल्या बॅगा, वळकट्या उशाला घेऊन झोपलेले असते. हे पब्लिक कुठून आलं आहे, तसेच हे पब्लिक त्या स्टेशनात केव्हा झोपलं आणि झोपलेलं हे पब्लिक केव्हा उठणार आहे, प्रत्येक पब्लिक आपोआप कसं काय जागं होणार आहे, उठल्यावर हे पब्लिक कुठे जाणार आहे— या अनेक प्रश्नांची उत्तरं मला मिळाली नाहीत. याच वेटिंग हॉलमध्ये थोडंसं पब्लिक जागं असते. जाग्या असलेल्या पब्लिकला वाटेल त्या अवेळी अप्रतिम भूक लागलेली असते. मग सकाळचे सव्वासहा वाजलेले असोत, सकाळचेच पावणेनऊ वाजलेले असोत, दुपरचे साडेचार, रात्रीचे सव्वाअकरा, मध्यरात्रीनंतरचा दीड, पावणेदोन, सव्वातीन, पावणेपाच कितीही वाजलेले असोत; जागं असलेलं पब्लिक, मूळचा पांढरा रंग मागंच कधी तरी हरवून बसलेल्या फडक्यात बांधून आणलेली भाकरी आणि तोंडीलावणं उघडं करून, संथपणे जेवण करत असतं. (जाता जाता : दिवसा-रात्री केव्हाही अशी हुकमी भूक, पब्लिक सोडलं तर फक्त एस. टी. चा ड्रायव्हर आणि कंडक्टर या दोनच सत्पुरुषांना लागत असते. अमुक-अमुक बसस्थानकाला बस पहाटे सव्वातीन वाजता थांबली तर, ड्रायव्हर-कंडक्टर तिथल्या कँटिनमध्ये बसून (प्रत्येक घास बत्तीस वेळ चावून खावा, हे आहाराविषयीचं तत्त्व पाळून) शांतपणे (संथपणाही अंतर्भूत) कांद्याची भजी— आणखी एक प्लेट चटणी आणासहित — खात बसलेले असतात. भुकेचं काही खरं नाही, हेच खरं!)

आता फक्त एकच. मराठी-कानडी वाद सुरू होता, दंगली होत होत्या त्या काळात, काही वर्षांपूर्वी गुलबर्गा या कर्नाटकातील महत्त्वाच्या शहरातील कॉलेजात माझं व्याख्यान होतं. (गुलबर्गा तसं कर्नाटकात असूनही मराठी संस्कृतीचंही केंद्र आहे.) मी आदल्या दिवशी रात्री मुंबई व्ही. टी. हून त्या काळात रात्री दहाला सुटणाऱ्या मद्रास मेलनं निघालो. फर्स्ट क्लासच्या डब्यात एका केबिनमध्ये माझी सीट आणि बर्थ होता. गाडी सुरू झाल्यावर मी थोड्या वेळानं झोपी गेलो. सकाळी दहाच्या सुमारास गाडी एका अगदी लहान, सामान्य स्टेशनात उभी राहिली आणि तसल्या किरकोळ स्टेशनात एकदम कानडी पब्लिक शेकड्यांच्या संख्येनं आलं. प्रत्येक डब्याला हुंगल्यासारखं करून इतस्ततः धावू लागलं. शेवटी माझा फर्स्ट क्लासचा डबा, त्या पब्लिकचं लक्ष्य ठरलं. पोटात नामांकित भीतीचा गोळा उठला. पोलीस आणि पोलीस अधिकारी आले. त्यांनी पब्लिकला छड्या मारल्या. (पोलिसांचा छडीमार हा तर पब्लिकचा खुराकच असतो.) दोन पोलीस ऑफिसर्स माझ्या डब्यात आले. मी 'ए' केबिनमध्ये होतो आणि पोलीस ऑफिसर्सनी 'बी' केबिनच्या दारावर

टक् टक् केलं. 'बी' केबिनचं दार उघडलं गेलं आणि काय सांगावं महाराजा! त्या केबिनमधून साक्षात हेमामालिनी बाहेर आली! कमाल आहे की नाही? व्ही. टी. पासून त्या स्टेशनापर्यंत हेमामालिनी शेजारच्याच केबिनमध्ये होती, याचाच मला पत्ताही नव्हता. (याला साधू-संत म्हणत नसून दुर्दैव म्हणतात.) हेमामालिनी 'पोलीस कल्याण निधी'च्या डान्ससाठी गुलबर्गा येथे येणार होती. पण गुलबर्ग्याला जंक्शन पब्लिक जमा होईल, म्हणून पोलीस ऑफिसर्सनी आयडिया करून आधीच्या स्टेशनात उतरवण्याचं गुपचूप ठरवलं. पण पब्लिकचे कान तिखट. दीड-दोन हजार पब्लिक, मद्रास मेल तिथं यायच्या आधीच हजर होतं. अशा 'आधीच हजरफेम' पब्लिकला माझे सहस्त्र नमस्कार!